# துப்பட்டா போடுங்க தோழி

கீதா இளங்கோவன்

HER Stories

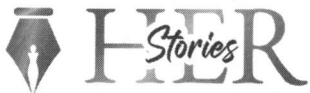

## துப்பட்டா போடுங்க தோழி

#கட்டுரைத் தொகுப்பு
© கீதா இளங்கோவன்

Duppattah Podunga Thozhi

# A Collection of Essays

© Geeta Ilangovan

ஹெர் ஸ்டோரிஸ் ஆசிரியர்கள்

நிவேதிதா லூயிஸ், சஹானா & வள்ளிதாசன்

வெளியீடு

ஹெர் ஸ்டோரிஸ்

81, நான்காவது நிழற்சாலை, அசோக் நகர் (ஈக்விடாஸ் வங்கிக்கு அடுத்த வீடு / ஆவின் & மசூதி எதிரில்) சென்னை – 600083

🌐 www.herstories.xyz | 📱 +91 75500 98666 ✉ strong@herstories.xyz

நூல்களைப் பெற: +91 96003 98660

🌐 www.booksforwoman.com

உருவாக்கம்

கலைடாஸ்கோப், சென்னை 📱 +91 9840969757

நூல் வடிவமைப்பு

UK Designs **உதயா**

HS books # 0001 | Her Stories Life # 0001

முதல் பதிப்பு : மார்ச் 2022

இரண்டாம் பதிப்பு : ஏப்ரல் 2023

மூன்றாம் பதிப்பு: அக்டோபர் 2024

ISBN: 978-81-956505-0-7

₹ 200

அம்மா
அப்பா
பெரியம்மா
பெரியப்பாவுக்கு...

# அத்தியாயங்கள்

1. துப்பட்டா போடுங்க தோழி .................................................................11
2. யாருங்க இந்தக் குடும்பப் பெண்? ......................................................14
3. அது என்ன 'வீட்ல விசேஷமாங்க?' ....................................................17
4. பெண்ணுக்குப் புடவைதான் வசதியா? ...............................................20
5. நான் ஹவுஸ் வொய்ஃப்தாங்க ........................................................... 23
6. உங்ககிட்ட சுயபரிவு இருக்கா? .........................................................27
7. 'so called கற்பை' நொடிக்கு நொடி நிரூபித்துக்கொண்டே இருக்க வேண்டுமாம் ... 31
8. உன் சம்பாத்தியம் உன் உரிமை; உன் சுயமரியாதை .............................35
9. கல்யாணம்தான் பெண்ணுக்கு எல்லாமுமா? .......................................39
10. மல்ட்டி டாஸ்க்கிங் நல்லதா? ............................................................43
11. பேரழகு! .........................................................................................45
12. திருமணத்துக்குப் பிறகு வேலைக்குப் போக வேண்டுமா? ......................49
13. திருமணத்துக்குப் பின் வேலைக்குச் செல்வது அவசியம் .......................53
14. பெண்ணுக்கு உடற்பயிற்சி அவசியம் .................................................57
15. தாய்மைதான் பெண்ணின் அடையாளமா? ..........................................61
16. அரசியல் செய்வோம் வாங்க பெண்களே ............................................65
17. பெண்களை வாழ விடுங்கள் ............................................................69
18. உங்களுக்கு நட்பு வட்டம் இருக்கிறதா? ............................................73
19. இன்றும் பெண்களுக்குப் பெரியார் தேவைப்படுகிறார்! ..........................77
20. த மோஸ்ட் ஹேட்டட் உமன் இன் அமெரிக்கா .....................................82
21. பயணம் போங்கள் பெண்களே! .......................................................86
22. ஒரே காதல் ஊரில் இல்லையடா ......................................................91
23. சக தோழிகளைக் கொண்டாடுவோம்! ...............................................95
24. ஆஸ்க் த செக்ஸ்பர்ட் ....................................................................100
25. மனைவியை நேசிப்பவர்கள் வாசக்டமியை வேண்டாம் என்று சொல்ல மாட்டார்கள்! ..104
26. குடும்பமே...பெண் குழந்தையிடம் பேசு, அவளைப் பேச விடு! ...............108
27. வாகனம் பழகு பெண்ணே! .............................................................112
28. நைட்டியை நேசிப்போம்! ................................................................116
29. பார்பி பொம்மைகளா பெண்கள்? ....................................................120
30. மதர்ஸ் கில்ட் ...............................................................................125

# அணிந்துரை

# பெண்களின் சமகால சிந்தனைப்போக்கை தெளிவாகக் காட்டும் கண்ணாடி

கட்டித்தட்டி போயிருக்கும் சமூக சிந்தனைகளுக்கிடையில் அறிவியல் பூர்வமான, சமூக அக்கறையுடனான சிறிய முன்னெடுப்புகள் மிகப் பெரிய கேள்விகளையும் தொடர் விவாதங்களையும் தூண்டிவிடும். தோழர் கீதா இளங்கோவனின் அப்படியான முயற்சிகளில் ஒன்றாக 'துப்பட்டா போடுங்க தோழி' என்ற கட்டுரைகளின் தொகுப்பு இருக்கிறது.

சில வருடங்களுக்கு முன் 'மாதவிடாய் – இது ஆண்களுக்கான பெண்களின் படம்' என்ற முகநூல் அறிவிப்பு கவனத்தை ஈர்க்கவே சிடி அல்லது யூடியூப் லிங்க் கிடைக்குமா எனக் கேட்க, 'இந்த ஆவணப்படத்தை சிடியாக விற்க மாட்டோம். உடனே யூடியூப்பிலும் வராது. 50 பேரோடு திரையிடல் மற்றும் விவாதத்தை ஏற்பாடு செய்யுங்கள். நாங்களே வந்து திரையிடுகிறோம்' என்கிற எதிர்பாராத பதிலும், ஏற்கக்கூடிய விளக்கமும் கிடைத்தன.

அதன் பின்னரான திரையிடலும் விவாதமும் கீதா இளங்கோவன் தோழரை எனக்கு அறிமுகப்படுத்தியது. 'சாதிகள் இருக்கேடி பாப்பா' என்ற அவரது அடுத்த ஆவணப்படமும் சமூகத்தில் விவாதத்தை ஏற்படுத்தியது.

ஆவணப்படமாகட்டும்... எழுத்துகளாகட்டும்... தோழரின் படைப்புகளின் சிறப்பு எதுவென்றால் மிக எளிமையாக நம்மோடு உரையாடும் தன்மைதான். மிக எளிய சொற்களுடன், நமக்குள் விவாதங்களை விதைத்துச் சென்றுகொண்டே இருக்கும் அவரின் படைப்புகள். அந்த வகையில் 'துப்பட்டா போடுங்க தோழி' என்ற இந்தக் கட்டுரைகளின் தொகுப்பு, சக பெண் தோழரின் தோளில் கைபோட்டு நடந்துகொண்டே நடத்தும் உரையாடலாகவும், கூடவே நடந்து வரும் ஆண் தோழர்களிடமும், அவ்வப்போது 'உங்களுக்கும் சேர்த்துதான்' என்று சொல்வதாகவும் உணர்கிறேன்.

'மாதவிடாய்' ஆவணப்படம் ஆண்களுக்கான பெண்களின் படம் என்றால், 'துப்பட்டா போடுங்க தோழி' – பெண்களுக்கான ஆண்(ஆதிக்கம்)களின் பாடம் எனச் சொல்லலாம். இங்கு பாடம் என்பதை நான் உரையாடலாகத்தான் பார்க்கிறேன்.

தலைப்பும் உபதலைப்புகளுமே சொல்லிவிடுகின்றன அவை எதைப் பற்றிப் பேசுகின்றன என்பதை. அன்றாட வாழ்வில் சமூகத்தின் இயல்பாகிப் போன பல விஷயங்கள் குறித்தும், அதற்குப் பின்னால் உள்ள ஆணாதிக்கக் கூறுகளின் மீதும் உரையாடலைத் தொடர்வதோடு தீர்வின் திசையையும் விவாதிக்கிறது இந்தத் தொகுப்பு. ஒவ்வோர் அத்தியாயத்தின் இறுதியிலும் நிறைய அன்போடு ஒரு வேண்டுகோள் இடம்பெறுவது ஹைலைட். ஒவ்வொரு கட்டுரையும் காலத்தின் தேவை மிக்கதாகவும், வளர்ச்சிப்போக்கில் பெண்களின் சிந்தனை வந்தடைந்த நிலையையும் அடையவேண்டிய இலக்கையும் வெளிப்படுத்துவதாகவும் உள்ளது.

ஆணாதிக்கச் சிந்தனை என்பது கண்டிப்பான கட்டாய ஒழுக்க விதிகளாக மட்டுமல்ல, அன்பு, காதல், பாசம், பாராட்டு, பாதுகாப்பு, பண்பாடு என்ற பல வடிவங்களில் பெண்களின் மீதான வலையாகப் பின்னப்பட்டுள்ளது. பல நேரம் பெண்களுக்கே அது ஆணாதிக்கச் சுரண்டல் என்ற சிந்தனை எழாத தன்மையில் அதைப் பெருமையாக, பலமாக ஏற்க வைக்கிறது.

'மல்ட்டி டாஸ்க்கிங் என்பது ஆண்களால் முடியாது, பெண்களால் முடியும்... அது பெண்களின் மேன்மை' என்கிற சிந்தனை பெண்களிடம் நிலவுகிறது. உண்மையில், மல்ட்டி டாஸ்கிங் என்பது ஆணாதிக்கச் சுரண்டல், அது பெண்களின் உடல், மன நலத்திற்கு எதிரானது என்பதைத் தோழரின் கட்டுரை தெளிவுபடுத்துகிறது.

ஆண் உடையில் அத்தனை பாக்கெட்டுகள், பெண் உடையில் ஏன் இல்லை? ஒரு பதிவின் மிக எளிமையான கேள்வியைத் தொடர்ந்து தற்போது பாக்கெட் வைத்த சுடிதாரும் புடவையும் வந்துவிட்டாலும் இன்னும் 98 சதவிகிதம் பெண்களின் உடைகள் பாக்கெட் இல்லாமல்தானே தைக்கப்படுகின்றன? ஆணின் உடையைப் பெண் தீர்மானிக்காதபோது, பெண் உடையை ஏன் ஆண் தீர்மானிக்கவேண்டும் போன்ற கேள்விகள் சிந்திக்கத் தூண்டுகின்றன. இப்படியான தூண்டுதல்களே இப்படைப்பின் வெற்றி.

ஆண்களுக்கான கருத்தடை அறுவை சிகிச்சை மிக எளிதான, சிரமமில்லாத, பக்க விளைவுகள் இல்லாத சிகிச்சை முறையாகும். ஆனால், அதை விட்டு விட்டுப் பெண்களுக்கான கருத்தடை அறுவை சிகிச்சைகள் பத்து மடங்கு அதிக எண்ணிக்கையில் நடைபெறுகின்றன. பெண்களுக்கான கருத்தடை அறுவை சிகிச்சை ஒப்பீட்டளவில் கடினமானதும் பக்க விளைவுகள் நிறைந்ததுமாகும். இந்த அநியாயத்திற்குக் காரணம் தனது கர்ப்பப்பை மீதான உரிமைகூட பெண்களுக்கு இல்லையென்பதே. குழந்தை பெறுவது, பெறாமலிருப்பது என்பது போன்ற பெண் உடல் மீதான செயல்களைத் தீர்மானிப்பது சம்பந்தப்பட்ட பெண்கள் இல்லை.

கல்யாணம் ஆகும்வரை ஆணுக்கும் பெண்ணுக்கும் செக்ஸ் பற்றி எதுவுமே தெரியாமல் இருக்கவேண்டுமென்று கவனமாக இருக்கும் சமூகம், கல்யாணம் ஆன இரவே எல்லாம் தெரிந்திருக்கவேண்டுமென எதிர்ப்பார்ப்பது என்ன ஒரு முட்டாள்தனம். இப்படியாகத் தொடர்கின்றன இத்தொகுப்பின் கேள்விகள்.

ஆணாதிக்கத் தடைகளைத் தாண்டி, வெற்றி பெற்ற பல ஆளுமைகளை அவர்களின் அனுபவங்களோடு நமக்கு அறிமுகப்படுத்துகிறது இந்தத் தொகுப்பு. பெண்ணுரிமைக்காகப் பேசியவர்களையும், அப்படிப் பேசிய புதினங்களையும்

இந்த விவாதம் சுற்றிவருகிறது. கற்பு, பெண் உடலின் மீதான குற்றவுணர்ச்சி, குடும்பப்பெண், நகையலங்காரம், சுயபரிவு, உடற்பயிற்சி, நட்பு, பயணம், வேலை, சம்பாத்தியம், வாகனம் ஓட்டுதல் எனப் பல தலைப்புகளில் கேள்விகளை எழுப்புவதோடு, தீர்வின் திசையையும் விவாதிக்கிறது.

மொத்தத்தில் இந்தப் பதிவுகள், 'துப்பட்டா போடுங்க தோழி' என்பவர்களுக்கான பதில்; பெண்களின் சமகால சிந்தனைப்போக்கை தெளிவாகக் காட்டும் கண்ணாடி; ஆணாதிக்கத்தை விட்டொழிக்கும் முயற்சியில் இருப்பவர்களுக்கான கையேடு.

– ஜாகிர் உசேன்
சமூகச் செயற்பாட்டாளர்

# என்னுரை

'Her Stories' இணையதளத்தில் ஒரு தொடர் எழுதவேண்டும் என்று வள்ளிதாசன் தோழர், கடந்த ஆண்டு ஏப்ரலில் மெயில் அனுப்பியிருந்தார். 'அலுவலகப் பணிகளுக்கிடையே வாரம் ஒருமுறை, தொடர்ச்சியாக எழுத முடியுமா' என்ற தயக்கம் எனக்கிருந்தது. 'ஒப்புக்கொண்டால், கொடுத்த வாக்கைக் காப்பற்ற வேண்டுமே, என்னால் முடியுமா' என்ற யோசனையில் பதில் அனுப்பவில்லை. ஒரு வாரத்தில் நிவேதிதா தோழர் அலைபேசியில் கூப்பிட்டார். அவரிடம் என் தயக்கத்தைக் கூறினேன். 'தோழர், நீங்கள் முகநூலில் எழுதும் விஷயங்களையே, விரிவாகக் கட்டுரை வடிவில் எழுதித்தாருங்கள். அடுத்த தலைமுறைப் பெண்களுக்கு பெண்ணிய விஷயங்களைக் கொண்டு சேர்க்கவேண்டும்' என்று வலியுறுத்த, ஒப்புக் கொண்டேன்.

இப்புவியில் பெண்ணும் ஆணும் சமத்துவமாக, சம உரிமையுடன், ஒத்திசைவுடன் வாழவேண்டும் என்றால் பெண்ணுக்கான உரிமைகள் பற்றிய புரிதல் ஆணுக்கு மட்டுமல்ல... பெண்ணுக்கும் வேண்டும். காலங்காலமாக ஆணாதிக்கச் சமுதாயம் செய்த மூளைச்சலவையால் பெண்ணின் உரிமைகள் குறித்துப் பெரும்பான்மை ஆண்களுக்குத் தெளிவில்லை. பல பெண்களிடமோ விழிப்புணர்வில்லை. பெண்ணியம் என்ற சொல்லைக் கேட்டாலே பலருக்கு அலர்ஜியும் கூட.

பெண்ணியம் என்பது ஆண்களுக்கு எதிரானதல்ல... ஆணாதிக்கச் சிந்தனைக்கு எதிரானது. ஆணை வெறுப்பதல்ல... பெண்ணின் இயற்கையான உரிமைகளைக் (Natural rights) கோருவது, அதனை ஆணாதிக்கச் சிந்தனையுள்ள ஆணுக்கும் பெண்ணுக்கும் எடுத்துரைப்பது... இந்தக் கட்டுரைகளின் நோக்கம் பெண்ணின் உரிமைகளைப் பெண்ணுக்கும் ஆணுக்கும் எளிய மொழியில், இயல்பான நடையில் புரியவைப்பதுதான். வெறுமனே பெண்ணியக் கருத்துகளைக் கூறாமல், அதை நடைமுறை வாழ்வுடன் இணைத்துச் சொல்ல விரும்பினேன். அப்படிச் செய்தால், வாசிக்கும் பெண்கள் எழுத்துடன் நெருக்கமாக உணர வாய்ப்பேற்படும். ஆண்களுக்கும் புரியும். கருத்துக்குப் பின்னால் உள்ள ஆணாதிக்க அரசியல், மதம், ஜாதி அனைத்தையும் சேர்த்துப் பேசும்போது, ஓரளவு பரந்துபட்ட பார்வை கிடைக்கும். இந்த எண்ணத்தில்தான் எழுதத் தொடங்கினேன். 2021 ஏப்ரலில் ஆரம்பித்து டிசம்பர் வரை தொடர்ச்சியாக எழுதினேன்.

'Her Stories' இணையதளத்தில் வெளியான பிறகு, அதன் இணைப்பை முகநூல் பக்கத்தில் பகிரும்போதெல்லாம், முகம் தெரியாத யாராவது ஒரு தோழி 'எனக்கும் இந்த அனுபவம் இருக்கிறது, அதை அப்படியே நீங்க எழுதியிருக்கீங்க...' என்று தன்னுடைய அனுபவங்களைப் பின்னூட்டத்தில் விவரிக்கும்போது வியப்பு மேலிடும். 'குறிப்பிட்ட விஷயத்தைக் கட்டுரையாக எழுதலாமா, வேண்டாமா' என்று நான் தயங்கும் ஏதேனும் ஒரு கணத்தில், இந்தத் தோழிகள்தாம் மனதில் வந்து போகிறார்கள், எழுதுவதற்கு உந்துதல் அளிக்கிறார்கள். அறிமுகம் இல்லாத தோழிகளுடன் நேசமானதொரு பிணைப்பை இந்தக் கட்டுரைகள் எனக்கு ஏற்படுத்தியுள்ளன. 'Herstories.xyz' இணையதளத்திற்கு நன்றி!

இணையதளத்தில் எழுதுவது எத்தனை பேரை சென்றடையும் என்று எனக்குத் தெரியாது. முகநூலில் வரும் பின்னூட்டங்களை வாசிப்பதுடன் சரி. ஆனால், வெளியூரிலும் சென்னையிலும் நடைபெற்ற நிகழ்ச்சிகளில் சந்தித்த சில ஆண் தோழர்கள் 'Her Stories இணையதளத்தில் உங்கள் கட்டுரைகளைத் தொடர்ந்து வாசிக்கிறேன். நன்றாக இருக்கிறது' என்று சொன்னபோது இந்த இணையதளத்தின் வீச்சு புரிந்தது.

பத்து வருடங்களுக்கு முன்பு, நான் ட்ரெக்கிங் போக ஆரம்பித்தபோது, அதைப் பற்றி, 'குங்குமம் தோழி'யில் எழுத வேண்டும் என்று கேட்டவர் வள்ளிதாசன் தோழர். ஏதேதோ காரணம் சொல்லித் தட்டிக் கழித்தபோதும், விடாமல் கேட்டு என்னை எழுதவைத்தவர். இன்று 'Her Stories' தளத்தில் தொடர் எழுத வித்திட்டதுடன், அவற்றைத் தொகுத்து நூலாகக் கொண்டு வருவதற்கும் தூண்டுகோலாக இருக்கும் வள்ளிதாசன் தோழருக்கு என் உளம்நிறை நன்றியும் அன்பும். வாரந்தோறும் கட்டுரையை வாசித்து, அதைப் பற்றிய கருத்துகளைப் பகிர்ந்து, தொடர்ந்து எழுத வைத்த உற்சாக ஊற்று நிவேதிதா தோழர். அவருக்கு அன்பும் நன்றியும்.

இந்த நூலுக்கு அருமையான அணிந்துரை அளித்த ஜாகிர் உசேன் தோழருக்கு அன்பும் நன்றியும். எப்போதும் என்னை ஊக்கத்துடன் இயங்க வைக்கும் இணையர் இளங்கோவன் தோழர், சாவித்திரிபாய் பூலே பெண் பயணக்குழு தோழிகள், கூடு வாசிப்பரங்கத் தோழிகள், முகநூல் நண்பர்கள் அனைவருக்கும் நிறைய அன்பு.

கட்டுரைகளை பிரிண்ட்–அவுட் எடுத்து, தனது மையத்துக்கு ஆலோசனைப் பெற வருபவர்களுக்கு விநியோகித்த, மதுரையில் மனநல ஆலோசகராக இருக்கும் தோழர் ராணி சக்ரவர்த்தி, மாணவிகள் குழுவில் பகிர்ந்து, விவாதித்து வந்த லேடி டோக் கல்லூரிப் பேராசிரியர் தோழர் வித்யா, தோழர்கள் சாலை செல்வம், செல்வகோமதி, சித்ரா பிரபாகர், எம். ஜே. பிரபாகர், ராதாகிருஷ்ணன், நூலுக்கான தலைப்பைப் பரிந்துரைத்த பிருந்தா சேது, கமலி பன்னீர்செல்வம், ரித்திகா உள்ளிட்ட அனைத்துத் தோழர்களுக்கும் நிறைய அன்பு.

கனிவுடன்,

**கீதா இளங்கோவன்**

# துப்பட்டா போடுங்க தோழி...

'துப்பட்டா போடுங்க தோழி' ரகப் பதிவுகளையும் மீம்களையும் கிண்டல் செய்தும், சிரித்தும் கடந்துவிடுகிறோம். துப்பட்டாவுக்குப் பின் இருக்கும் தன் உடல் மீது பெண்ணுக்கு இருக்கும் கோபமும் குற்றவுணர்வும் எத்தனை பேருக்குத் தெரியும் தோழர்களே?

பெரும்பாலான பெண்களுக்குத் தன் உடல் மீது எந்தப் பெருமித உணர்வும் இல்லை. மாறாகக் கோபமும் ஆதங்கமும் குற்றவுணர்வும் ஆத்திரமும் தாம் இருக்கின்றன. குறிப்பாக மார்பகங்கள் மீது. சின்ன வயதில் உடலைப் பற்றிப் பெரிய கவலைகள் இல்லாமல் சுதந்திரமாகச் சுற்றித் திரியும் சிறுமிக்கு, வயதுக்கு வந்தவுடன் குடும்பத்தாரும் சுற்றத்தாரும் ஆயிரம் அறிவுரைகள் சொல்வார்கள். 'முன்ன மாதிரி பப்பரக்கான்னு இருக்காதே. தாவணியை ஒழுங்கா போட்டு, இடுப்புல சொருகு. சுடிதாருக்கு ஷாலை ரெண்டு பக்கமும் பின் பண்ணிப் போடு. நைட்டியை தூங்கறப்ப மட்டும் போடு' என்றெல்லாம் கட்டளைகள் வரும். *So called* 'ஒழுக்கத்தை' உடையில் கட்டிக் காக்கிறார்களாம் (எது தேவையோ அதைச் செய்வதில்லை... அவள் உடலைப் பற்றி அறிவியல்ரீதியாக ஒன்றும் சொல்லித் தருவதில்லை, அவளுக்கு நம்பிக்கை அளிப்பதில்லை).

ஒன்றும் புரியாமல் விழிக்கும் அந்தக் குழந்தையை, வளரும் மார்பு வெகுவாகத் தொந்தரவு செய்கிறது. ஏனென்றால், உடை பற்றிய அனைத்து கட்டுப்பாடுகளும் பெரும்பாலும் மார்பகங்களைக் குறிவைத்துதான் இருக்கும். ஏதோ மார்பகங்கள் வளர்வதே அவள் தவறு மாதிரி சமுதாயம் பேசும். படிக்கும் போது, விளையாடும் போது, வேறு வேலைகள் செய்யும் போது லேசாக உடை விலகினால்கூடக் கிடைக்கும் திட்டுகளும் விமர்சனங்களும் சொல்லில் அடங்காதவை. தன் கட்டுப்பாட்டில் இல்லாத இயல்பான உடல் வளர்ச்சியும், அதனால் தடைபடும் சுதந்திரமும் பெண் குழந்தைகளுக்குத் தன் உடல் மீதே

கோபத்தை ஏற்படுத்துகிறது. குற்றவுணர்வு கொள்ளச் செய்கிறது (அன்றாட வாழ்க்கையில் எதிர்கொள்ளும் சில ஆண்களின் பாலியல் அத்துமீறல்கள் வேறு).

வயதுக்கு வருவதற்கு முன்பு நிமிர்ந்து, இயல்பாக நடந்துகொண்டிருந்த அந்தக் குழந்தை, வயதுக்கு வந்த பிறகு, கூன் போட்டு நடப்பதைப் பார்க்கலாம். ஷால் இல்லாமல் சுடிதார் போடுவதற்கோ, குர்தா போடுவதற்கோ, டி-ஷர்ட், ஷர்ட் போடுவதற்கோ அவ்வளவு தயங்கும். ஸ்டோல் எனப்படும் சிறு துண்டையாவது கழுத்தைச் சுற்றி போட்டுக்கொண்டால்தான் பாதுகாப்பாக, வசதியாக உணரும்.

> உன் உடலை, உடையை விமர்சித்து யாராவது குறைகூறினால், மோசமாகப் பேசினால், அது அவர்கள் அறியாமையைக் காட்டுகிறது என்று புரிந்துகொள் கண்ணம்மா. இது என்னுடல், இதில் எந்த அசிங்கமும் இல்லை என்று திருப்பிச் சொல், அறிவியலைப் பேசு.

'அப்படியெல்லாம் இல்லை, பெண்கள் வெகு சுதந்திரமாக உடையணிகிறார்கள்' என்று யாரும் சொம்பைத் தூக்கிக்கொண்டு வரவேண்டாம். நான் பேசுவது பெரும்பான்மை பெண்களைப் பற்றி. இந்தக் கோபமும் குற்றவுணர்வும் சில பெண்களுக்குத் தன் உடல் மீதான புரிதலுக்குப் பிறகு விலகும். சிலருக்குக் கல்யாணத்திற்குப் பிறகு மறையும். பலருக்கு வாழ்நாள் முழுக்கத் தொடர்கிறது. அவரவர் சூழலைப் பொருத்து இது அமைகிறது. நீங்கள் அடுத்த முறை துப்பட்டா இல்லாமல், ஸ்டோல் அணியாமல் வரும் பெண்ணை எதிர்கொண்டால், விமர்சனம் செய்யும் முன்பு, ஒரு நிமிடம் நிதானியுங்கள். அவள் தன் உடல் மீதான கோபத்தையும் குற்றவுணர்வையும் போராடிக் கடந்து வந்திருக்கிறாள் என்று புரிந்துகொள்ளுங்கள். கனிவுடன் 'ஹலோ' சொல்லுங்கள் தோழர். உங்கள் புரிதலுக்கு மனதுக்குள் நன்றி சொல்வார்கள்!

'என் மகளைப் பள்ளியில் சில ஆசிரியைகள் ஜீன்ஸ், ஷர்ட் போடக்கூடாது. லாங் டாப் போட்டால் கட்டாயம் துப்பட்டா போடவேண்டும் என்று வலியுறுத்தியுள்ளனர். 'அம்மா எனக்கு அவ்ளோ அசிங்கமா தெரியுதா?' என்ற குற்ற உணர்வுக்கு ஆளாகியிருந்தாள்' என்று தோழியொருவர் எழுதியிருந்தார். அதைப் படித்தபோது சுருக்கென்று வலித்தது.

'இது எனக்கு அசிங்கமாயிருக்கா?' - இந்தக் கேள்வியைப் பெரும்பாலான பெண்கள் சர்வசாதாரணமாகக் கேட்பார்கள். நானும் சில ஆண்டுகளுக்கு முன்பு இதைக் கேட்டிருக்கிறேன். துப்பட்டா இல்லாத சுடிதாரும் குர்தாவும் டாப்ஸூம் டீஷர்ட்டும்

போடும்போது, அம்மாவிடமோ பக்கத்து வீட்டு அக்காவிடமோ தோழிகளிடமோ இணையரிடமோ, 'இந்தட்ரெஸ் அசிங்கமா தெரியுதா?' என்று இயல்பாகப் பெண்கள் கேட்பார்கள்.

அதன் உள்ளர்த்தம், 'என் மார்பகங்கள் துருத்திக்கொண்டு அசிங்கமாகத் தெரிகிறதா?' என்பதுதான். அப்படித் தெரியக் கூடாது என்று லூசாக உடையணிவது, தன் உடல் அளவைவிடப் பெரிதான உடையைப் போடுவது, மேலே கோட் (jacket) அணிவது, எதற்கும் மனம் ஒப்பவில்லையென்றால் துப்பட்டாவோ ஸ்டோலோ போட்டு மறைத்துக்கொள்வது என்று தவியாகத் தவிப்பார்கள்.

உடைக்குள் மார்பகங்கள் மறைந்துதான் இருக்கும், ஆனாலும் அவை துருத்திக்கொண்டு தெரிவது, பொதுப்புத்தியால் ஏற்றுக்கொள்ளப்படாத விஷயம். இதற்கும் பெரும்பான்மை பெண்கள் பிராவுக்கு மேல் கேமிசோல், சிம்மீஸ் எனப்படும் ஆண்கள் அணியும் பனியன் போன்ற ஓர் உள்ளாடையும் அணிந்திருப்பார்கள். உடல் வெளியே தெரியாது. ஆனாலும், மார்பக வடிவத்தை ஏதோ ஒரு வகையில் அசிங்கமானதாக ஆணாதிக்கச் சமுதாயம் மூளைச்சலவை செய்து வைத்திருக்கிறது. இது பெண்களின் மூளையிலும் ஆழப்பதிந்திருக்கிறது.

அடுத்த தலைமுறை வளரிளம் குழந்தைகளுக்கும் இது தொடர்வது மிகப்பெரியவேதனை. வேண்டாம் செல்லம் உனக்கு இந்தக் குற்றவுணர்வு.

மார்பகம் அசிங்கமல்ல... உனது உடலின் இயற்கையான அங்கம். அது பிற்காலத்தில் உன் இணையருடன் மகிழ்ச்சியாக வாழ்வதற்கும், உனக்கு குழந்தை பிறக்கும்போது அதற்கு பாலூட்டுவதற்கும் உன் உடலில் வடிவமைக்கப்பட்டிருக்கிறது.

உனக்குப் பிடித்தமான உடையை அணிந்து, தன்னம்பிக்கையுடன், கம்பீரமாக, நிமிர்ந்து நடைபோடு. உன் உடலை, உடையை விமர்சித்து யாராவது குறைகூறினால், மோசமாகப் பேசினால், அது அவர்கள் அறியாமையைக் காட்டுகிறது என்று புரிந்துகொள் கண்ணம்மா. இது என்னுடல், இதில் எந்த அசிங்கமும் இல்லை என்று திருப்பிச் சொல், அறிவியலைப் பேசு. திருப்பிப் பேச முடியாத இடத்தில் குறைந்த பட்சம் நீ வேதனைப்படாதே, குற்றவுணர்வு கொள்ளாதே, இதில் உன் தவறு ஏதுமில்லை.

உனது ஆளுமை பேராற்றல் மிக்கது, அதை வெளிப்படுத்துவதற்கான ஆயுதம்தான் உடல். அந்த உடலைப் பற்றி எந்தக் குற்றவுணர்வும் வேண்டாம். அது உன்னை முடக்கிவிடும், செல்லம்.

சொல்லிக் கொடுப்போம் நம் பெண் குழந்தைகளுக்கு.

கீதா இளங்கோவன்

# யாருங்க இந்தக் குடும்பப் பெண்?

நம் சமுதாயத்தில் 'குடும்பப் பெண்' என்ற சொல் ஊடகங்களிலும் நடைமுறை வாழ்க்கையிலும் சர்வசாதாரணமாகப் பயன்படுத்தப்படுகிறது. 'குடும்ப ஆண்' என்ற சொல் இல்லை. 'குடும்பப் பெண்' தான் இருக்கிறது.

வெளிநாடுகளில் குடும்பப் பெண் *(family girl)* என்ற பதம் புழக்கத்தில் இருப்பதாகத் தெரியவில்லை. இங்குதான்...

"பையனுக்கு நல்ல குடும்பப் பெண்ணா வேணும்."

"அவளைப் பார்த்தா குடும்பப் பெண் மாதிரியா தெரியுது?"

"நல்ல குடும்பப்பாங்கா வளர்த்திருக்கீங்க!"

"இதெல்லாம் குடும்பப் பெண்ணுக்கு அழகா?"

"நல்ல குடும்பப் பெண்ணா இருந்தா இப்படியெல்லாம் செய்திருக்க மாட்டாள்" என்றெல்லாம் சொல்லப்படுகிறது.

யார் இந்தக் குடும்பப் பெண்? எதிர்த்துப் பேசாத, தன் விருப்பத்தைவிட குடும்பத்தின் விருப்பத்திற்கே அதிக முக்கியத்துவம் கொடுக்கும், அவர்கள் சொல்லும் உடைகளை அணியும், சொல்லும் பையனைக் (அந்தந்த ஜாதியில், மதத்தில்) கல்யாணம் செய்துகொள்ளும், அடக்க ஒடுக்கமாகக் குடும்ப வேலைகள் செய்யும், குடும்பம் சொன்னவாறு குழந்தைகளைப் பெற்று வளர்க்கும் பெண்ணே 'குடும்பப் பெண்' என்று அழைக்கப்படுகிறார்.

தான் *so called* 'கற்புள்ளவள்' என்று தினமும் அவள் நிரூபித்துக்கொண்டே இருக்க வேண்டியதும் முக்கியம். உதாரணத்திற்கு, ஒரு போன் வந்தால், "பக்கத்து வீட்டு அக்காதான், எக்ஸ்ட்ரா சிலிண்டர் இருக்கான்னு கேக்குறாங்க", "ஆபீஸ் மேனேஜர் பேசினார், அக்கவுண்ட் ஸ்டேமெண்ட் பத்திக் கேட்டார்", "ஊரிலிருந்து அண்ணன், பொங்கலுக்கு வரச் சொன்னார்" - இப்படி விளக்கமாகக் குடும்பத்தினருக்கும் இணையருக்கும் சுற்றியிருப்போருக்கும் சொல்ல வேண்டும்.

கல்யாணத்திற்கு முன்பு, தான் விரும்பும் வண்ணத்தில், விரும்பும் ஆடைகளை அணியும் பெண்ணையும், குட்டை முடி வைத்திருக்கும் பெண்ணையும், மாலை ஆறு மணிக்கு மேல் வீட்டுக்கு வரும் பெண்ணையும், "இதெல்லாம் குடும்பப் பெண்ணுக்கு அழகா? இப்படியெல்லாம் அலைஞ்சா, நாளைக்கு உன்னை எவன் கட்டுவான்?" என்று குடும்பத்தினர் கண்டித்து திருத்தப் பார்ப்பார்கள். முடியாவிட்டால், "கல்யாணம் வரைக்குமாவது கொஞ்சம் அடக்க ஒடுக்கமா நடந்துக்கோ" என்று கெஞ்சுவார்கள். கல்யாணத்திற்குப் பிறகு? அதைப் புகுந்த வீடு பார்த்துக்கொள்ளும்.

கல்யாணமாகிப் போகும் இடத்தில் பல கண்டிஷன்கள்...

"இந்த வீட்டு மருமகள் என்றால் புடவைதான் கட்டணும்."

"சுடிதார் போட்டுக்கலாம், ஆனா கண்டிப்பா ஷால் போடணும்."

"வேலைக்குப் போகக் கூடாது, வீட்டுவேலை செஞ்சுட்டு, குழந்தைகளையும் புருஷனையும் மாமனார், மாமியாரையும் பார்த்திட்டு இருந்தா போதும்."

"வாய்க்கு ருசியா சமைக்கணும்."

"வேலைக்குப் போகலாம், ஆனா, ஆறு மணிக்குள்ள வீட்டுக்கு வந்துடணும்."

"நாளு கிழமைன்னா சுத்தபத்தமா வீட்டை மொழுகி, விளக்கேத்தி, சாமி கும்புடணும். கோயிலுக்குப் போகணும்."

இப்படியெல்லாம் வரும் கட்டளைகளைச் சிரமேற்கொண்டு செய்தால் 'குடும்பப் பெண்' பட்டம் கிடைக்கும். பொதுவெளியிலும் குடும்ப நிகழ்வுகளிலும் தனிமரியாதை கிடைக்கும். விவாகரத்தான பெண், ஒற்றைப் பெற்றோராக இருக்கும் பெண், தனித்து வாழும் பெண், திருநங்கை இவர்களுக்கெல்லாம் குடும்பப் பெண் பட்டம் கிடையாது. பாலியல் தொழிலாளி பற்றியோ பேசவே முடியாது!

இவர்கள் எல்லோரும் தன் விருப்பங்களுக்கு, உரிமைகளுக்கு, முன்னுரிமைகளுக்கு முக்கியத்துவம் கொடுத்து, சுதந்திர உணர்வுடன் இயல்பாக வாழ்பவர்கள். பொதுச் சமுதாயம் வரையறுத்து வைத்திருக்கும் எந்த இலக்கணத்திற்கும் உள்படாதவர்கள். சுருக்கமாகச் சொல்வதென்றால், மதங்களும், ஆணாதிக்க, ஜாதிய சமுதாயமும் உருவாக்கியிருக்கும் கட்டமைப்புக்கு எந்த வகையிலும் சவால் விடாத பெண்கள் எல்லாம் குடும்பப் பெண்கள் (அதாவது, குடும்ப அமைப்பில் கணவன், குழந்தைகளுடன் வாழ வேண்டும்). அந்தக் கட்டமைப்பை ஏதேனும் ஒருவிதத்தில் (கொஞ்சமாக இருந்தாலும்) தொந்தரவு செய்பவர்கள் எல்லாம் குடும்பப் பெண்கள் அல்ல.

இந்தக் கட்டமைப்பு எல்லாப் பெண்களுக்கும் ஏற்றதாக, ஜனநாயக முறைப்படி இல்லை. தற்செயலாகப் பொருந்திப் போகிறவர்கள் மகிழ்ச்சியாக வாழ்கிறார்கள். அப்படி இல்லாதவர்களால் என்ன செய்ய முடியும்? அவர்களைக் கட்டாயப்படுத்தி, இப்படித்தான் வாழ

வேண்டும் என்று வலியுறுத்துவது அப்பட்டமான மனித உரிமை மீறல்.

குடும்பத்தில் எதிர்கொள்ளும் வன்முறையாலும் கருத்து வேறுபாடுகளாலும் பிரிந்து வாழ்பவர்கள், விவாகரத்து செய்தவர்கள், இணையை இழந்தவர்கள், குழந்தைகளுடன் ஒற்றைப் பெற்றோராக வாழ்பவர்கள், கல்யாணம் செய்துகொள்ளாமல் தனித்து வாழும் பெண்கள், தனது தேர்வாக திருநங்கைகளான பெண்கள்... இவர்கள் எல்லோரும் தன் உழைப்பில், தன் வாழ்க்கையை வாழ்பவர்கள். ஏதேனும் ஒருவகையில் சமூகத்திற்குப் பங்களிப்பு செய்பவர்கள்.

இவர்கள் தோழியாகவும் அக்காவாகவும் தங்கையாகவும் மகளாகவும் மருமகளாகவும் அத்தையாகவும் சித்தியாகவும் பெரியம்மாவாகவும் பாட்டியாகவும் அம்மாவாகவும் நம்மைச் சுற்றி வாழ்ந்துகொண்டுதான் இருக்கிறார்கள்.

அவர்கள் இருக்கும் உணர்வே இல்லாமல், அவர்களைப் பாகுபடுத்தி, ஒதுக்கி வைத்து, வேறுபடுத்துகிறோம்; காயப்படுத்துகிறோம். இது சில இடங்களில் வெளிப்படையாகத் தெரிகிறது, பல இடங்களில் நுணுக்கமாகத் தொக்கி நிற்கிறது. அன்பான ஆண், பெண் தோழர்களே, 'குடும்ப ஆண்', 'குடும்ப ஆண் அல்லாதவர்' என்று சமுதாயம் பிரித்துப் பார்ப்பதில்லையே. பெண்களிடம் மட்டும் ஏன் இந்தப் பாகுபாடு? நம் சிந்தனையையும் சொற்களையும் கவனித்து எல்லோரையும் சமமாக அன்பு செய்வோம்.

> 'குடும்ப ஆண்', 'குடும்ப ஆண் அல்லாதவர்' என்று சமுதாயம் பிரித்துப் பார்ப்பதில்லையே. பெண்களிடம் மட்டும் ஏன் இந்தப் பாகுபாடு?

# அது என்ன 'வீட்ல விசேஷமாங்க?'

பெண் உடல் மீதான உரிமை என்பதை உடல் நிர்வாணம் என்பதைத் தாண்டி ஆழமாகப் பல்வேறு கோணங்களில் பேச வேண்டியிருக்கிறது. அதில் ஒன்று கருப்பையும் தாய்மையும். பெண்ணுக்குத் தாயாவது என்பது அவளது தேர்வாக இருக்கிறதா? பெரும்பான்மையான பெண்களுக்கு இல்லை என்பதுதான் உண்மை.

முதலில் தன் இணையைத் தானே தேர்ந்தெடுத்து கல்யாணம் செய்துகொள்வது என்ற பெண்ணின் அடிப்படை உரிமையே இங்கு மறுக்கப்படுகிறது. தம் விருப்பப்படி இணையைத் தேர்ந்தெடுத்து கல்யாணம் செய்துகொள்ளும் சில பெண்களுக்கும் தாய்மை என்பது அவள் தேர்வாக இல்லை. 'குழந்தை பெற்றுக்கொள்வதா வேண்டாமா', பெற்றுக்கொள்வதாக இருந்தால், 'எப்போது குழந்தை பெற்றுக்கொள்ள வேண்டும்' என்ற கேள்வியெல்லாம் அவளிடம் கேட்கப்படுவதில்லை. 'கல்யாணமாகி மூணு மாசமாச்சே, ஏதாவது விசேஷமுண்டா?' என்று குடும்பத்தார் ஆரம்பித்து, சுற்றியிருப்பவர்கள் எல்லோரும் கேட்க ஆரம்பிப்பார்கள்.

இந்தக் கேள்வி அரேஞ்சுடு மேரேஜ், லவ் மேரேஜ் செய்த எல்லாப் பெண்களிடமும் கேட்கப்படும். கல்யாணமான பெண் என்ற ஒரு தகுதி போதும், அவளிடம் கேட்க. தெரிந்தவர், தெரியாதவர் என்று எல்லோரும் இந்தக் கேள்வியைக் கேட்கும் தகுதியை, நமது சமுதாயத்தில் பெற்றுள்ளார்கள். 'இதெல்லாம் அவளின், அந்தத் தம்பதியின் தனிப்பட்ட விஷயமாயிற்றே, இது நாகரிகம் அல்லவே' என்றெல்லாம் பொதுச் சமுதாயம் எண்ணுவதில்லை.

'உனக்குத்தான் கல்யாணம் ஆயிருச்சே, குழந்தை பெத்துக்கோ' என்பதுதான் பொதுப் புத்தியின் எதிர்பார்ப்பாக இருக்கிறது. அதாவது, கல்யாணம் ஆகிவிட்டால் குழந்தை பெற்றுத் தருவது என்பது அவளின் அடிப்படை கடமையாகிவிடுகிறது.

கீதா இளங்கோவன்

பெண் உடலின் ஓர் அங்கம் கருப்பை. அதன் மூலம்தான் அவள் குழந்தை பெற்றுத் தரவேண்டும். தன்னுடைய கருப்பை மீதான முழு உரிமையும் அவளுக்குத்தான். பத்து மாதம் குழந்தையைக் கருப்பையில் சுமக்கவேண்டுமென்றால், அவள் மனதளவிலும் உடலளவிலும் அதற்குத் தயாராக வேண்டும். ஹோம் மேக்கர் என்றாலும், வேலைக்குப் போகும் பெண் என்றாலும் தனது உடலும் மனநிலையும் ஒரு குழந்தையை மகிழ்ச்சியாகப் பெறுவதற்கும், கவனிப்பதற்கும் ஏற்றதாக இருக்கிறதா என்று அவள்தான் தீர்மானிக்க வேண்டும். இப்போது குழந்தை பெற்றுக்கொள்வதா வேண்டாமா என்பதைப் பெண் முடிவு செய்வதுதானே சரியாக இருக்கும்!

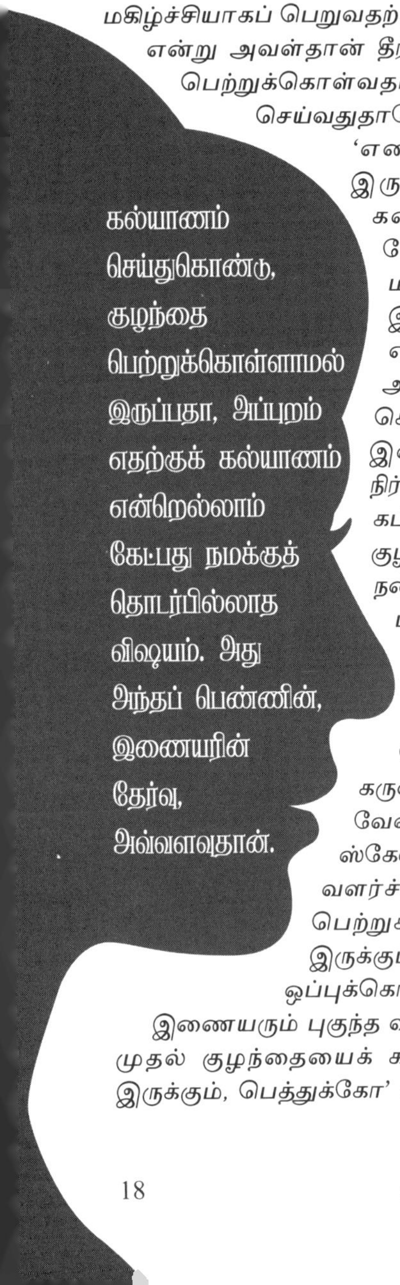

'எனக்குக் குழந்தை வேணும்னு ஆசையாக இருக்கு, இப்பவே பெத்துக்கோ' என்று கணவனும், 'வயசான காலத்துல பேரன் பேத்தியைக் கொஞ்சணும்மா' என்று மாமியார், மாமனாரும், 'எங்களுக்குத் தெம்பு இருக்கிறப்பவே, நாங்க வளர்த்துவிட்றோம்' என்று பெற்றோரும் வலியுறுத்துகின்றனர். அவளது கருப்பையின் மேல் அதிகாரம் செலுத்துகின்றனர். கருவுறுவதற்குத் தயாராக இல்லாத, விருப்பம் இல்லாத பெண்ணை நிர்ப்பந்திப்பது மனித உரிமை மீறல். மேலும், பிறர் கட்டாயத்தின் பேரில், தாய் பெற்று வளர்க்கும் குழந்தையின் உடல், மன ஆரோக்கியம் எப்படி நன்றாக இருக்கும்? தன் விருப்பத்தின் பேரில் மகிழ்ச்சியாக ஒரு பெண் பெற்றுக்கொள்ளும் குழந்தையின் உடல், மன ஆரோக்கியம்தானே சிறப்பாக இருக்கும்!

கருவுறுவது எப்படி ஒரு பெண்ணின் தேர்வாக இருக்க வேண்டுமோ, அதே போல் கருவைக் கலைப்பதும் அவள் தேர்வாக இருக்க வேண்டும். தோழியொருவர் கர்ப்பக் காலத்தில் ஸ்கேன் எடுத்துப் பார்த்ததில், 'இந்தக் குழந்தையின் வளர்ச்சி சரியாக இல்லை, கலைத்துவிடுங்கள், மீறி பெற்றுக் கொண்டாலும் ஓரிரு வருடங்கள் தான் இருக்கும்' என்று மருத்துவர் அறிவுறுத்தினார். தோழி ஒப்புக்கொண்டார்.

இணையரும் புகுந்த வீட்டினரும் பிறந்த வீட்டினரும், 'அதெப்படி முதல் குழந்தையைக் கலைப்பது? அதெல்லாம் நன்றாகத்தான் இருக்கும், பெத்துக்கோ' என்று வலியுறுத்தினர். தன் முடிவை தோழி

கல்யாணம் செய்துகொண்டு, குழந்தை பெற்றுக்கொள்ளாமல் இருப்பதா, அப்புறம் எதற்குக் கல்யாணம் என்றெல்லாம் கேட்பது நமக்குத் தொடர்பில்லாத விஷயம். அது அந்தப் பெண்ணின், இணையரின் தேர்வு, அவ்வளவுதான்.

அழுத்தமாகச் சொல்ல, 'நீயெல்லாம் தாயா, பொண்ணே இல்லை' என்று ஏசி, நிர்பந்தப்படுத்தி, பெற்றுக்கொள்ள வைத்தனர். விளைவு, தலை வீங்கி, உடல் சூம்பி, எந்த இயக்கமும் இல்லாமல் உயிர் மட்டும் இருந்த அந்தக் குழந்தையுடன் தோழி பட்டபாடு கொஞ்சநஞ்சமல்ல. அப்போது அவள் உதவிக்குப் புகுந்த வீடோ, பிறந்த வீடோ வரவில்லை, ஒதுங்கிக்கொண்டனர். இரண்டரை வயதில் அந்தக் குழந்தை இறந்துவிட்டது. இங்கே பெண்ணின் தேர்வை மதிக்காமல், அவள் உரிமையை மீறி, உழைப்பைச் சுரண்டி, மன உளைச்சலுக்கு ஆளாக்கியது எந்த வகையில் நியாயம்?

கருவைக் கலைப்பது என்பதற்கு அவளின் உடல், மருத்துவநிலை, குடும்பச் சூழல், வேலை போன்ற காரணங்கள்தாம் இருக்க வேண்டும் என்பதில்லை. தனிப்பட்ட காரணமாக இருக்கலாம். அது சரியா தவறா என்றெல்லாம் கருத்துச் சொல்ல பிறருக்கு எந்த உரிமையும் இல்லை. ஏனென்றால், தன்னுடலில் உருவாகும் கருவுடன் பெண்ணுக்கு உணர்வுப்பூர்வமான பிணைப்பு இருக்கிறது. அதையெல்லாம் தாண்டி, தனது மனப்போராட்டங்களைக் கடந்து, கருவைக் கலைப்பது என்பது அவளின் கடினமான முடிவு. அவள் முடிவை, உணர்வுகளைக் குடும்பமும் சுற்றியிருப்பவர்களும் மதிக்க வேண்டும். குறைந்தபட்சம், அவளை ஜட்ஜ்மெண்டலாகப் பார்க்காமல் இருக்கலாம்.

குழந்தை பெற்றுக்கொள்ள வேண்டாம் என்று முடிவெடுக்கும் பெண்களும் இருக்கிறார்கள். இவர்கள் முடிவை ஏற்றுக்கொள்ளும் இணையைக் கல்யாணம் செய்துகொண்டு மகிழ்ச்சியாக வாழ்கிறார்கள். கல்யாணம் செய்துகொண்டு, குழந்தை பெற்றுக்கொள்ளாமல் இருப்பதா, அப்புறம் எதற்குக் கல்யாணம் என்றெல்லாம் கேட்பது நமக்குத் தொடர்பில்லாத விஷயம். அது அந்தப் பெண்ணின், இணையரின் தேர்வு, அவ்வளவுதான்.

அன்புத்தோழர்களே, கருப்பை இருப்பதாலேயே எல்லாப் பெண்களும் குழந்தை பெற்றுக்கொண்டுதான் ஆகவேண்டும் என்பதில்லை. குழந்தைப் பெற விரும்பும் பெண்ணை, எப்போது பெற்றுக்கொள்ள வேண்டும் என்று அவளை முடிவெடுக்கவிட வேண்டும். பெண்ணுக்குத் தன் உடல் மீதான, அந்த உடலில் இருக்கும் கருப்பை மீதான உரிமையை மதிப்போம். ஒரு காலத்தில் நாமெல்லாம் அங்குதான் குடியிருந்தோம்.

# பெண்ணுக்குப் புடவைதான் வசதியா?

‘பொண்ணுக்குப் புடவைதான் அழகு’, ‘ஸாரி கட்டும்போது வரும் அழகே தனிங்க’, ‘பெண்ணுக்கான நளினம் புடவையில்தான் இருக்கு’ – இப்படியெல்லாம் புடவை பற்றிய கமெண்ட்டுகளைத் தினமும் கடந்து செல்கிறோம். அதுவும் சுடிதார், குர்தாவில் வேலைக்குப் போகும் பெண் என்றாவது புடவை கட்டிக்கொண்டு போனால், ஆளாளுக்குப் புகழ்ந்து தள்ளுவார்கள். ‘சூப்பரா இருக்கு, தினமும் புடவை கட்டிட்டு வாங்க’ என்று அட்வைஸ் வேறு வரும்.

பெரும்பாலான இந்தியப் பெண்களின் தினசரி உடையான புடவை, பார்ப்பதற்கு அழகாக, வண்ணமயமாக இருக்கிறது. ஆனால், பெண்கள் உழைப்பதற்கு வசதியாக இருக்கிறதா என்று கேட்டால் நிச்சயமாக இல்லையென்பதுதான் உண்மை. ஐந்தரை மீட்டர் துணியால் உடலைச் சுற்றிக்கொண்டு, தடுக்கி விழாமல் ஓடியாடி உழைக்க முடியுமா? முந்தானையை இழுத்து செருகிக்கொண்டு வீட்டுவேலை செய்யும் போதும், சமைக்கும்போதும், வீடு பெருக்கித் துடைக்கும்போதும், வேகமாகச் செய்யவிடாமல் இடைஞ்சலாகத்தான் இருக்கிறது.

‘நாங்கள் புடவை கட்டிக்கொண்டுதானே இத்தனை வருடமாகச் செய்கிறோம், எங்களுக்கு ஒன்றும் கஷ்டமாக இல்லையே’ என்று மூத்த பெண்கள் சொல்லலாம். நீங்கள் புடவையைப் பழக்கப்படுத்திக் கொண்டுவிட்டீர்கள், அதனால் உங்களுக்குச் சிரமமாகத் தெரியவில்லை தோழியரே! எல்லாப் பெண்களுக்கும் இது பொருந்தாது.

அடித்தட்டுப் பெண்கள், புடவையினால் அதிகம் சிரமப்படுகிறார்கள். வயல் வேலை, கட்டிட வேலை செய்யும் பெண்களெல்லாம், புடவை வசதியாக இல்லை என்பதால், மேலே ஆண்களின் ஷர்ட் ஒன்றை அணிந்துகொள்கிறார்கள், முந்தானையைச் சரிசெய்யும் தொல்லையிலிருந்து தப்பிக்க. ஆனால், ‘மொபிலிட்டி’ எனப்படும் சரளமாக விரைந்து நடக்கும், ஓடும் தன்மையை, புடவையும் உள்பாவாடையும் தடை செய்கின்றன. உயரமான இடங்களில் கட்டட

வேலை செய்யும்போது, புடவைக் கட்டிக்கொண்டு பெண்களால் ஏணியில் எளிதாக ஏறமுடியாது, அதனால் அந்த மாதிரி வேலைகள் அவர்களுக்குக் கிடைக்காது, அதற்குத் தகுந்த மாதிரி கூலியும் குறையும்.

அலுவலகத்தில் வேலை செய்யும் பெண்களுக்கும் புடவை சிரமமாகத்தான் இருக்கிறது. முந்தானையைச் சரிசெய்வது, இடுப்பு தெரியாமல் ஏற்றிவிடுவது, இறுக்கிப்பிடிக்கும் ப்ரா, ப்ளவுஸ், வேகமாக நடக்கும்போது தடுக்காமல் இருக்க கூடுதல் கவனம் என்று வேலையைவிட உடையில்தான் அதிகம் கவனம் இருக்கும்.

புடவை கட்டிக்கொண்டு பஸ்ஸை, ட்ரெயினைப் பிடிக்க ஓடுவது மிகவும் சிரமம், சமயங்களில் ஆபத்தாகவும் முடிகிறது. கூட்ட நெருக்கடியில், பஸ், ட்ரெயினில் முந்தானையை ஒருபுறமும், கைப்பையை ஒருபுறமும் பிடித்துக்கொண்டு, விழுந்துவிடாமல் இருக்க பெண்கள் பெரிய சர்க்கஸே செய்ய வேண்டியுள்ளது (இதற்கிடையில் சபல ஆண்களின் பார்வையையும் சேஷ்டைகளையும் சமாளிக்க வேண்டும்). புடவை கட்டிக்கொண்டு டூவீலர் ஓட்டுவதும் கடினம்.

புடவைக்கு ஆகும் செலவை நினைத்தால் மலைப்பாக இருக்கிறது. புடவையுடன், அதற்கு ஒத்த வண்ணத்தில் உள்பாவாடை, மேட்சாக ப்ளவுஸ் (அதனைத் தைக்கும் செலவு, சில நேரம் புடவை விலையைவிட அதிகம்), ப்ரா என்று எத்தனை உப ஆடைகளை வாங்க வேண்டியிருக்கிறது. சரி, இத்தனை செலவு பிடிக்கும் ஆடை, குறைந்தபட்சம் தற்சார்புடனாவது இருக்கிறதா என்று பார்த்தால், அதுவும் இல்லை. பெண்கள் வெளியே செல்லும்போது எடுத்துச் செல்லும் வீட்டுச்சாவி, பர்ஸ், செல்போன் வைக்கக்கூடப் புடவையில் எந்த வசதியும் இல்லை.

அதற்காகத் தனியே கைப்பையை எடுத்துச் செல்ல வேண்டும். (ஆண்களின் சட்டை, பேண்ட்டும் - சட்டையில் உள்புறம் 2 பாக்கெட், வெளிப்புறம் 2 பாக்கெட், பாண்ட்டின் இருபுறமும் பாக்கெட்டுகள் என்று வசதியாக, தனியே கைப்பை எடுக்க அவசியமில்லாமல், வடிவமைக்கப்பட்டிருப்பதைக் கவனியுங்கள்).

இத்தனை அசௌகரியங்களுடன் எதற்கு இந்தப் புடவையைத் தினமும் அணிய வேண்டும்? ‘என்னங்க இப்படிக் கேட்டுட்டீங்க, புடவை நம்ம கலாசார உடையாச்சே’ என்று பதில் சொல்கிறார்கள் ஆண், பெண் தோழர்கள். புடவை நமது கலாசார உடையா என்பதே விவாதத்துக்குரிய விஷயம். போகட்டும், ஒரு பேச்சுக்குக் கலாசார உடையென்றே வைத்துக்கொண்டாலும், அதை ஏன் தினசரி உடையாக வைத்திருக்க வேண்டும் தோழர்களே? இங்கு மட்டுமல்ல உலகெங்கிலும் பெண்களுக்கான கலாசார உடைகள், அணிவதற்கும் உழைப்பதற்கும் வசதியாக இல்லை என்பதுதான் உண்மை (சாம்பிளுக்கு ஜப்பானின் கிமோனோ உடை). அதனால்தான், வெளிநாடுகளில் பெண்கள் கலாசார உடையை விழாக்காலங்களில் மட்டும் அணிகிறார்கள். அவர்களின் தினசரி உடை, உழைப்பதற்கு ஏற்றதாக, உடலுக்கு வசதியான ஒன்றாகவே இருக்கிறது.

இந்தியப் பெண்களின் தினசரி உடையும் ஏன் இதுபோல வடிவமைக்கப்படக் கூடாது? பேண்ட், சர்ட்டாகத்தான் இருக்க வேண்டும் என்பதில்லை. பாக்கெட்டுகளுடன் கூடிய சுடிதார், குர்தி, பாட்டம் என்று ஏன் இருக்கக் கூடாது? ஏற்கெனவே பெண்களின் ஒரு பகுதியினர் இத்தகைய உடைகளுக்கு மாறிவிட்டனர். ஆனால், பெரும்பான்மை பெண்களிடம் இந்த மாற்றம் இன்னும் வரவில்லை. அவர்களின் அன்றாட உடை இன்னும் புடவையாகத்தான் இருக்கிறது.

பெண்கள் மாற வேண்டியதுதானே, என்ன பிரச்னை என்று கேட்கலாம். பெண்களுக்கு, உடை உள்பட, எல்லா விஷயங்களுக்கும் முதலில் குடும்பமும், பிறகு சமுதாயமும் ஒப்புதல் தரவேண்டியிருக்கிறது. தன் விஷயங்களில் முடிவெடுக்கக் கூடிய சுதந்திரமும் உரிமையும் இன்னும் எல்லாப் பெண்களுக்கும் வாய்க்கவில்லை. ஒரு சுடிதார் வாங்குவதற்கு, இன்னும் பல வீடுகளில் பெண்கள், குறிப்பாகக் கல்யாணமான கிராமத்துப் பெண்கள், போராடிக்கொண்டு இருக்கிறார்கள். கல்யாணமான பெண் புடவைதான் கட்டவேண்டும் என்பது இங்கு எழுதப்படாத விதி. வயல் வேலை, கட்டட வேலை செய்யும் பெண்களுக்கெல்லாம், பெட்ரோல் பங்க் பெண்களைப் போல, நாம் இன்னும் பேண்ட் சர்ட் யூனிபார்ம் கொடுக்கவில்லை.

ஒரு சுடிதார் வாங்குவதற்கு, இன்னும் பல வீடுகளில் பெண்கள், குறிப்பாகக் கல்யாணமான கிராமத்துப் பெண்கள், போராடிக்கொண்டு இருக்கிறார்கள்.

குரலற்ற இவர்களுக்கு நாம் எல்லோரும் சேர்ந்துதான் குரல் கொடுக்க வேண்டும். பெரிதாக ஒன்றும் செய்யத் தேவையில்லை, நம்மைச் சுற்றியிருக்கும் பெண்களிடம் ‘உனக்கு வசதியான உடையைத் தினமும் அணிந்துகொள், புடவையை என்றாவது ஒரு நாள் விரும்பினால் கட்டிக்கொள்ளலாம்’ என்று சொல்ல ஆரம்பிக்கலாம்.

உடலை மறைப்பதற்கு உடை தேவை. அது, பெண்கள் தற்சார்புடனும் உழைப்பதற்கு வசதியாகவும் ஆளுமையைத் தன்னம்பிக்கையுடன் வெளிப்படுத்தும் வகையிலும் இருக்க வேண்டும். வேறு சாய்ஸ் இல்லாததாலும், பழக்கத்தினாலும்தாம் பெரும்பான்மை பெண்கள் புடவை கட்டுகிறார்கள். வசதியான, எளிய மாற்று உடைகளை அவர்களுக்கு அறிமுகப்படுத்துவோம், பழக்கப்படுத்துவோம் தோழர்களே.

# நான் ஹவுஸ் வொய்ஃப்தாங்க...

அறிமுகமில்லாத பெண்களிடம் உரையாடும் போது, 'வேலை பாக்கறீங்களா?' என்ற இயல்பான கேள்விக்கு, பெரும்பாலானோர் சற்றே கூச்சத்துடன், தாழ்வுணர்ச்சி கலந்த குரலில், 'இல்லங்க, நா ஹவுஸ் வொய்ஃப்தான்' என்பார்கள். சிலர் தன்னம்பிக்கையுடன் குரல் உயர்த்தி 'ஹோம் மேக்கரா இருக்கேன்' என்று கூறுவார்கள். ஹவுஸ் வொய்ஃபின் தன்னம்பிக்கை மாதிரி ஹோம் மேக்கர்.

'ஹவுஸ் வொய்ஃப்' எனப்படுபவர் யார்? கல்யாணமான பெண், வீட்டு வேலைகளை, கணவனை, குழந்தைகளை, குடும்பத்தாரைக் கவனிக்கும் பணியை மட்டும் செய்துகொண்டு இருந்தால், அவரே ஹவுஸ் வொய்ஃப் என்று அழைக்கப்படுகிறார்.

'கணவன் உழைத்துக் கொட்ட இவ உட்கார்ந்து சாப்பிடுறா', 'வீட்டுல சும்மாதான் உட்கார்ந்திருக்கா', 'அப்பா அம்மா, கடன் வாங்கி, பணத்தைக் கொட்டி என்ஜினியரிங் படிக்க வச்சாங்க, இவ என்னடான்னா, கல்யாணத்துக்கப்புறம் வேலைக்குப் போகாம ஜாலியா வீட்ல உக்கார்ந்துட்டு இருக்கா', 'குழந்தையை வளர்க்கிறேன்னு சாக்குச் சொல்லிட்டுத் தண்டமா வீட்ல இருக்காளே', 'வெளியே போய் வேலை பார்க்க துப்பிருக்கா இவளுக்கு' - இப்படியெல்லாம் பொதுச் சமுதாயத்தால் கரித்துக் கொட்டப்படுகிறார்கள் இந்த ஹவுஸ் வொய்ஃப்ஸ்.

மேலோட்டமாகப் பார்த்தால் இதில் எல்லாம் உண்மை இருக்கிற மாதிரிதான் தெரியும். கொஞ்சம் ஆழமாகப் பார்ப்போமா? ஆதியில் தாய்வழிச் சமூகமாக இருந்த காலத்தில், பெண் தலைமையில்தான் வேட்டைக்குப் போவார்கள். அவள் வைத்ததுதான் சட்டமாக இருந்தது. காலப்போக்கில் இது ஆணாதிக்கச் சமுதாயமாக மாறிப் போனதும், ஆண், தன் சொத்துக்கு வாரிசைப் பெற்றுத் தருவதும், குடும்பத்தை பேணுவதும்தான் பெண்ணின் வேலை என்று அவளையும் தனது சொத்தாக ஆக்கிவிடுகிறான். அவள் வெளியை வீடாக மட்டும் சுருக்கிவிடுகிறான்.

எல்லோரும் சாப்பிடப் பணம் வேண்டும். அதை ஆண்தான் வெளியே சென்று சம்பாதிக்கிறான், அவன்தான் முதன்மையானவன், அவன் தேவைகளைக் கவனிப்பவள்தான் பெண். ஆணின் மகிழ்ச்சியே அவள் மகிழ்ச்சி, அவனுக்கான பெருமையே அவள் பெருமை என்று வேப்பிலை அடிக்கப்படுகிறது. இதன் நீட்சியாக ஆணாதிக்கச் சமுதாயத்தின் கூறுகளான மதம், ஜாதியம் ஆகியவற்றைக் கட்டிக்காக்கும் பொறுப்பும் பெண்ணின் மீது திணிக்கப்படுகிறது. இதெல்லாம்தான் பெண்ணின் கடமைகள் என்று மதமும் ஜாதியமும் பெண்ணுக்கும் ஆணுக்கும் மூளைச்சலவை செய்து வைத்திருக்கின்றன. இந்த நிலையில், வீட்டை மட்டுமே வெளியாகக் கொண்ட பெண்ணின் நவீனப் பெயர்தான் 'ஹவுஸ் வொய்ஃப்' என்றறிக.

பெண்ணுரிமை குறித்த விழிப்புணர்வு பெருகத் தொடங்கும்போது, பெண்கள் கல்வி கற்கவும் பல துறைகளில் பணிபுரியவும் ஆரம்பிக்கிறார்கள். ஆனாலும், கல்வி கற்று, வெளியே போய்ப் பணிபுரியும் பெண்களின் எண்ணிக்கை குறைவாகத்தான் இருக்கிறது. விவசாயத்தில் பெண்கள் அதிகம் உழைக்கிறார்கள். கட்டிடப்பணி, அன்-ஸ்கில்டு (குறிப்பிட்ட திறன் தேவைப்படாத) & அன்-ஆர்கனைஸ்டு (ஒழுங்குபடுத்தப்படாத) துறைகளில் பெண்கள் அதிகம் பணிபுரிகிறார்கள்.

> ஹவுஸ் வொய்:ப்பாக இருக்கும் பெண்கள், காலை முதல் இரவு வரை செய்யும் வேலைகளையும் அந்தப் பணிகளுக்கான ஊதியத்தையும் பட்டியல் போட்டால் கார்ப்பரேட் ஊதியத்திற்கு இணையாக இருக்கும்.

பெரும்பாலும் படித்த, கீழ்-நடுத்தர வர்க்கமும், நடுத்தர வர்க்கமும், மேல் வர்க்கமும், இன்றும் பெண்களை வெளியே வேலைக்குப் போக ஊக்குவிக்காமல், ஆணாதிக்கத்தின் தேவையை மட்டும் நிறைவேற்றும் 'ஹவுஸ் வொய்ஃப்'புகளாக வைத்திருக்கின்றன (அடிமட்டத்தில், ஆண்-பெண் இருபாலரும் அன்றாடம் உழைத்து, இணைந்தே பொருளீட்டிச் சாப்பிடுகின்றனர்).

இந்தக் குடும்பங்களை ஆராய்ந்தால் ஒரு தரப்பு, 'பொண்ணு நிறையப் படிச்சு வேலைக்குப் போனா, அவளுக்குத் தக்க மாப்பிளைப் பார்க்கணும், அது நம்மால முடியாது' என்பர். மற்றோர் தரப்போ, 'கல்யாணம் பண்ணி, குடும்பம் நடத்துறதுக்குத் தேவையான அளவு பொண்ணு படிச்சா போதும், அவ படிப்புக்கு ரொம்ப செலவழிக்காம கல்யாணத்துக்குச் சேத்து வைக்கணும்' என்பார்கள். 'பொண்ணு நல்லா படிக்கட்டும், அப்பத்தான் நம்ம ஜாதியில, நம்ம அந்தஸ்துக்குத் தக்க மாப்பிள்ளையைப்

பார்த்து, கட்டிக்கொடுக்க முடியும், மத்தபடி வேலைக்கெல்லாம் போக வேண்டாம்' என்பார்கள் பலர். 'பொண்ணு விருப்பம் போல படிக்கட்டும், மாப்பிள்ள வீட்ல ஏத்துக்கிட்டா வேலைக்குப் போகட்டும், இல்லன்னா வீட்ல இருக்கட்டும்' என்று சொல்வார்கள் சிலர்.

இதில் அந்தப் பெண்ணுக்கு என்ன விருப்பம் என்று யாராவது கேட்பார்களா? பெரும்பான்மையினர் கேட்கமாட்டார்கள். ஏனென்றால், இங்கு பெண் குழந்தைகளின் மீது செலுத்தப்படும் அன்பு, நிபந்தனைக்கு உள்பட்டது. குடும்பத்தினர் - குறிப்பாக அப்பா, இல்லாவிட்டால் அப்பாவின் விருப்பத்தை / ஆணாதிக்கச் சிந்தனையை வெளிப்படுத்தும் அம்மா - விரும்பும் நடை உடை பாவனை, அவர்கள் சொல்லும் படிப்பு, வேலை, மாப்பிள்ளை, இதையெல்லாம் ஏற்றுக்கொண்டால், மகளுக்குப் பாசம் கிடைக்கும். இல்லாவிட்டால் 'நோ'-தான். ஒப்புக்கு மகள் விருப்பத்தைக் கேட்போரும், தம் விருப்பத்தை அவள் வாயிலிருந்து வர வைத்துவிட வேண்டும் என்ற நோக்கத்தில், 'உன் நல்லதுக்குத்தான் சொல்றேன்' என்று மறைமுகமாக வலியுறுத்துவார்கள். தான் விரும்பும் படிப்பு, வேலை என்பதெல்லாம் பெரும்பாலான பெண்களுக்கு இன்றும் எட்டாக்கனவுதான். கல்யாணம்?

'அப்பாவுக்கு உடம்பு சரியில்லை', 'பாட்டி சாகுறதுக்குள்ள உன் கல்யாணத்தைப் பார்க்கணும்னு ஆசைப்படுறாங்க', 'நான் வேலையில இருக்கும்போதே உனக்குக் கல்யாணம் பண்ணிடணும்', 'நல்ல மாப்பிள்ள வந்திருக்கு, இனி இப்படி ஒண்ணு அமையுமான்னு தெரியல' - இப்படிப் பல காரணங்களைச் சொல்லித்தான், விருப்பமில்லாத பெண்ணைக் கல்யாணத்துக்குச் சம்மதிக்க வைக்கிறார்கள் (விரும்பிக் கல்யாணம் செய்யும் பெண்ணும், தான் தொடர்ந்து வேலைக்குப் போகவேண்டும் என்று கண்டிஷனெல்லாம் போட முடியாது, தற்செயலாக அவர்கள் ஒப்புக்கொண்டால் ஓகே).

கல்யாணமே பெண்ணின் தேர்வாக இல்லாதபோது, 'ஹவுஸ் வொய்ஃப்' என்பது மட்டும் அவள் தேர்வாக இருக்க முடியுமா? 'பொண்ணு வேலைக்குப் போகக் கூடாது' என்று கண்டிஷன் போட்டுத்தான் நிறைய கல்யாணங்கள் இங்கு நடக்கின்றன.

ஹவுஸ் வொய்ஃப்பாக இருக்கும் பெண்கள், காலை முதல் இரவு வரை செய்யும் வேலைகளையும் அந்தப் பணிகளுக்கான ஊதியத்தையும் பட்டியல் போட்டால் கார்ப்பரேட் ஊதியத்திற்கு இணையாக இருக்கும். அவர்கள் வீட்டிலேயே எப்போதும் இருக்கிறார்கள் என்பதற்காக, 'டேக் இட் ஃபார் கிராண்டட்' ஆக எடுத்துக்கொள்ளப்படுகிறார்கள். உங்கள் வீட்டில் 24 மணி நேரமும் பணிபுரியும் உதவியாளரை வைத்திருந்தால் எப்படி இருக்கும்?

அந்த வசதியைத்தான் ஹவுஸ் வொய்ஃப்ஸ் தருகிறார்கள். சும்மா இருக்கிறாள் என்று தன்னை யாரும் சொல்லிவிடக் கூடாது என்பதற்காக இழுத்துப் போட்டுக்கொண்டு எல்லா வேலைகளையும் செய்கிறார்கள்.

பணத்துக்காக கணவனைச் சார்ந்திருக்கிறோம் என்ற உணர்வே, அவனது மதக்கட்டுப்பாடுகளுக்கும், ஜாதிய செயல்பாடுகளுக்கும், ஆணாதிக்கத்துக்கும் தலையாட்ட வைக்கிறது. காலப்போக்கில் அதுதான் சரியென்றும் நம்ப ஆரம்பித்துவிடுகிறார்கள்.

பெரும்பாலான பெண்கள், குழந்தைகளைப் பார்த்துக்கொள்ள யாருமில்லை என்று வேலைக்குப் போவதில்லை, அல்லது வேலையைத் துறக்கிறார்கள். வேலைக்குப் போக விரும்பும் இத்தகைய பெண்களுக்கு, போதுமான அளவில் குழந்தைகள் காப்பகங்களை, அனைத்து ஊர்களிலும் கிராமங்களிலும் அமைத்துக் கொடுத்திருக்கிறோமா? அல்லது பணியிடங்களைத்தான், பாலூட்டும் தாய்மார்களுக்கும் சிறு குழந்தைகளைப் பார்த்துக்கொள்ளும் தாய்மார்களுக்கும் ஏற்ற வசதியுடன் அமைத்திருக்கிறோமா? இன்றும், அரசு அலுவலகங்களில் பணிபுரியும் பெண்களுக்குத்தான் 'சைல்ட் கேர் லீவ்' தரப்படுகிறது. ஆண்களுக்குத் (ஒற்றைப் பெற்றோர் அல்லாதோருக்கு) தரப்படுவதில்லை. இது சின்ன உதாரணம் மட்டுமே. பொதுச் சமுதாயமும் அரசும் குழந்தை வளர்ப்பு என்பதைப் பெண்ணின் கடமையாகத்தானே இன்றும் பார்க்கின்றன?

வேலைக்குப் போகும் பெண்ணுக்கு வீட்டு வேலை, அலுவலக வேலை என்று இரட்டைச்சுமைதான். வீட்டுவேலை என்ற ஒரு சுமையே போதும், நான் ஹவுஸ் வொய்ஃபாகவே இருந்துகொள்கிறேன் என்று ஒரு பெண் முடிவெடுத்தால் அதில் என்ன தவறு இருக்க முடியும்? ஏனென்றால், வீட்டு வேலையை ஆணும் பெண்ணும் சமமாகப் பகிர்ந்துகொள்ளும் நிலை இங்கு இன்னும் வரவில்லையே...

அன்புத் தோழர்களே, நமது சமுதாயம் அனைத்துப் பெண்களும் வெளியே சென்று பணிபுரியக்கூடிய அடுத்த நிலைக்கு நகர வேண்டும் என்பதில் மாற்றுக் கருத்தில்லை. அதற்கு, பெண்ணுக்கான உரிமைகளை - கல்வி, படிப்பு, வேலை, இணையைத் தேர்ந்தெடுக்கும் உரிமை அவர்களுக்குக் கிடைக்கச் செய்ய, நாம் குரல் கொடுக்க வேண்டும்.

வீட்டு வேலை, சமையல் வேலை, குழந்தை வளர்ப்பு ஆகிய பணிகளை ஆண்களும் சமமாகப் பகிந்துகொள்ளச் செய்ய வேண்டும். பெரியார் பரிந்துரைத்த சமுதாய சமையலறை (community kitchen) பற்றி நாம் யோசிக்கலாம். ஆணுக்கு இணையான எண்ணிக்கையில், பெண்கள் பணியிடங்களில் வேலை செய்வதற்கு ஏற்ற வசதிகளை, அண்ணல் அம்பேத்கர் தொடங்கி வைத்த பணியை நாம் மேம்படுத்த வேண்டும். ஆண்களுக்கு, பெண் சமத்துவம் பற்றிய புரிதலை ஏற்படுத்துவது முக்கியம். இதை நாம் குடும்பங்களில், சுற்றுப்புறங்களிலிருந்து தொடங்க வேண்டும் தோழர்களே. இதோடு, ஹவுஸ் வொய்ஃப்பாக இருக்கும் தோழிகளை, *empathy*யோடு பார்ப்போம், அன்பு செய்வோம், உரையாடுவோம்!

# உங்ககிட்ட சுயபரிவு இருக்கா?

தோழியொருவர் மனச்சோர்வுடன் தொலைபேசியில் பேசினார். இன்னதென்று தெரியாத வெறுமையும் மனச்சோர்வும் இருப்பதாகப் பகிர்ந்துகொண்டார். ஒரு நாய்க்குட்டி வாங்க ஆசைப்படுவதாகச் சொன்னார். 'வாங்குங்க' என்றேன். 'எங்க சின்ன வீட்டில் வளர்க்கற அளவுக்கு உள்ள ஒரு நாய்க்குட்டியைக் கண்டுபிடிச்சுட்டேன், அந்தக் குட்டி கொள்ளை அழகு, எனக்கும் ரொம்பப் பிடிச்சிருக்கு. ஆனா...' என்று இழுத்தார்.

என்ன பிரச்னை என்று கேட்டேன். பணம் கொடுத்து வாங்க வேண்டியிருப்பதாகச் சொன்னார். 'பணம் இல்லையா?' விசாரித்தேன். 'இருக்குப்பா' என்றார். 'அப்புறம் என்ன தயக்கம்?' – 'இந்த கொரோனா காலத்துல, நிறையப் பேர் பணம் இல்லாம ரொம்பக் கஷ்டப்படுறாங்க. நாய்க்குட்டி வாங்குற பணத்தை அவங்களுக்குத் தரலாம்லன்னு மனசு சொல்லுது... இப்ப இந்த நாய்க்குட்டி உனக்குத் தேவையான்னு குற்றவுணர்வா இருக்கு... ஆனா, இதுவரைக்கும் நான் எனக்குன்னு எதுவும் வாங்கினது இல்ல, பெரிசா ஆசைபட்டதோ செலவழிச்சதோ இல்ல... அதனால நா ரொம்ப ஆசைப்படற இதைக்கூட எனக்குச் செஞ்சுக்க முடியலைன்னு மனச்சோர்வா இருக்கு...' என்று கூறினார்.

'உங்க மகளோ அப்பாவோ இதே நாய்க்குட்டியை வாங்கிக்கொடுக்கச் சொல்லி கேட்டா என்ன செய்வீங்க?' என்று கேட்டேன். 'உடனே வாங்கிக் குடுத்திருப்பேன்' என்று பதிலளித்தார். 'உங்ககிட்ட மட்டும் ஏன் இவ்வளவு கடுமையா இருக்கீங்க? உங்க மேல ஏன் இவ்வளவு விமர்சனம்? உங்க மேலயும் கொஞ்சம் பரிவையும் அன்பையும் காட்டுங்கப்பா. உடனே அந்த நாய்க்குட்டியை வாங்கிடுங்க' என்று ஆலோசனை சொன்னேன்.

அவர் மட்டுமல்ல, நம்மில் பெரும்பான்மையினருக்குச் சுயபரிவு *(Self-compassion)* இருப்பதில்லை. சிலருக்கு இந்தச் சொல்லே

புதிதாகக்கூட இருக்கலாம். நம் குடும்பத்தினர், நண்பர்கள் ஏன் முன்பின் தெரியாதவர்களிடம் கூட நம்மால் பரிவுடன் நடக்க முடிகிறது. ஆனால், நம்மீது நமக்குப் பரிவு இல்லை. இந்த உலகத்திலேயே நம்மை மோசமாக விமர்சிப்பவர், அதிகமாக நம்மீது கோபப்படுபவர், தயவுதாட்சண்யமின்றி குற்றம்சாட்டுபவர், குறை சொல்பவர், குற்றவுணர்வுக்கு ஆளாக்குபவர், ஆத்திரப்படுபவர், திட்டுபவர்... யாரென்று பார்த்தால்... அது நாமே தான்.

ஆம், நம்மீது குறைந்தபட்ச பரிவைக்கூட நாம் காட்டுவதில்லை. அது, சுயநலம் என்றும், நம்மைவிட அடுத்தவர் நலனில் அக்கறை காட்டுவதுதான் சிறந்தது என்றும், தப்புத்தப்பாக இந்தச் சமூகம் நமக்குச் சொல்லித் தந்திருக்கிறது. ஆண் பெண் இருபாலருக்கும் இது பொருந்தும். என்றாலும், வீட்டில் அனைவரின் தேவைகளையும் கவனித்துக்கொள்ளும் பொறுப்பு (Care-givers) பெண்கள் மீது சுமத்தப்பட்டிருப்பதால், அவர்கள் அதிகம் பாதிக்கப்படுகின்றனர்.

ஆமாம், சுயபரிவு என்றால் என்னங்க? நீங்கள் என்ன செய்தாலும், செய்யாவிட்டாலும் உங்களை நீங்களே பரிவுடன் நடத்துவதுதான். அலுவலகத்தில் புதிதாக ஒரு வேலையை எடுத்துச் செய்கிறீர்கள், சரியாகச் செய்யவேண்டும் என்று முனைப்புடன் உழைக்கிறீர்கள். ஆனால், ஒழுங்காகவரவில்லை, சொதப்பிவிடுகிறீர்கள். யாரும் திட்டவில்லை, கோபப்படவில்லை, 'பரவாயில்லை, அடுத்தமுறை பார்த்துக்கொள்ளலாம்' என்றுசொல்லிவிட்டுப் போய்விடுகிறார்கள். ஆனால், நீங்கள் என்ன செய்வீர்கள், 'இந்தச் சின்ன வேலையைக்கூட உனக்கு செய்யத் தெரியலை, சரியான முட்டாள் நீ, தெரியாட்டி யாருகிட்டயாவது கேட்டு செய்திருக்கலாம், இப்படிச் சொதப்பிட்டயே, அவங்கெல்லாம் என்ன நெனப்பாங்க, உனக்கு அறிவேயில்ல'-இப்படியெல்லாம் உள்ளுக்குள்ளேயே திட்டிக் கொண்டிருப்பீர்கள். குறைந்தது இரண்டு நாட்களுக்காவது இது தொடரும்.

வீட்டில் புதிதாக ஒரு ஸ்வீட் செய்திருப்போம். எதிர்பாராமல் அடிப்பிடித்து, கருகிவிடும். குடும்பத்தினர் 'பரவால்ல விடு, அடுத்தவாட்டி பாத்துக்கலாம்' என்று சமாதானப்படுத்தியிருப்பார்கள்.

> நம்மை நிறைகுறைகளுடன் ஏற்றுக்கொண்டு, சுயபரிவுடன் அரவணைத்துச் செல்வதுதான் உள்ளார்ந்த வளர்ச்சியை நோக்கிச் செலுத்தும்.

ஆனால், நமக்குத்தான் பொறுக்காது. 'சே... இப்படி ஊத்திக்கிச்சே. கால் கிலோ நெய்யும் சர்க்கரையும் வேஸ்ட்டா போச்சே, செய்யாமலே இருந்திருக்கலாம், அப்படி என்ன கவனமில்லாத்தனம், ஒரு வேலை உனக்கு உருப்படியா செய்யத் தெரியுதா?' என்று உள்ளுக்குள் பொருமிக்கொண்டே இருப்போம்.

நமது குறைகளை, *imperfections*-ஐ ஏற்றுக்கொண்டு நம்மைக் கனிவுடன் தட்டிக்கொடுப்பது, அப்படியே ஏற்றுக்கொள்வதுதான் சுயபரிவு. அலுவலகத்தில் நண்பரான உங்கள் சக அலுவலர், அதே வேலையைச் செய்து, சொதப்பிவிட்டு, வருந்தினால் 'பரவால்ல விடுப்பா, இப்பதான புதுசா செய்யுறே, தப்பு வரத்தான் செய்யும், அதைச் சரிபண்ணிடலாம். அடுத்த தடவை தப்பு வராம பாத்துக்கலாம், இது ஒரு பெரிய மேட்டரா' என்று சொல்வோம்தானே! மகனோ மகளோ கணவரோ தம்பியோ தங்கையோ ஸ்வீட் செய்யப் போய், கருக்கிவிட்டு, 'எல்லாத்தையும் வேஸ்ட் பண்ணிட்டனே' என்று கண்ணைக் கசக்கினால், 'புதுசா செய்து பார்க்கிறேன்னு நீ முயற்சி பண்ணியிருக்கிறதே பெரிய விஷயம், இந்த முறை சரியா வராட்டி என்ன, அடுத்த முறை சூப்பரா செஞ்சு கலக்கிட மாட்டே, டோண்ட் ஒர்ரி' என்று அன்போடு அணைத்துக்கொள்ள மாட்டோமா! இதே பரிவை நமக்கு நாமே கொடுத்துக்கொள்வதுதான் சுயபரிவு!

தினந்தோறும் நம்மைப் பற்றி நாம் எடை போட்டுக்கொண்டே இருக்கிறோம். நாம் எதிர்பார்த்தபடி, நம் வேலைகளைச் செய்து முடித்தால், நம்மைப் பாராட்டிக்கொள்கிறோம். ஒரு வேளை செய்து முடிக்கவில்லையென்றால் உடனே 'நீ எதுக்கும் லாயக்கில்ல, உருப்படியாக எதுவும் செய்யத் துப்பில்ல' என்று மனதிற்குள்ளாகத் திட்டிக்கொள்கிறோம், நம்மைக் காயப்படுத்திக்கொள்கிறோம். ஒவ்வொருநொடியும்முன்முடிவுகளுடன்நம்மைமதிப்பிட்டுக்கொண்டே இருக்கிறோம். நமது ஒவ்வொரு செயலையும் 'இது நல்லது', 'அது மோசம்' என்று தராசில் அளந்துகொண்டே இருக்கிறோம்.

இப்படிச் செய்வதால் என்ன லாபம்? நம்மைக் குறை சொன்னால், அதைச் சரிசெய்து மேலும் மேம்படலாம், முன்னேறலாம் என்பது நமது எண்ணம். ஆனால், இது நம்மைப் பின்னோக்கித்தான் இழுக்கிறது என்கிறார் கிறிஸ்டின் நெஃப் தனது 'செல்ஃப்-கம்பேஷன்' *(self-compassion)* நூலில். நம்மை நிறைகுறைகளுடன் ஏற்றுக்கொண்டு, சுயபரிவுடன் அரவணைத்துச் செல்வதுதான் உள்ளார்ந்த வளர்ச்சியை நோக்கிச் செலுத்தும் என்றும், நம் மனதை அமைதிப்படுத்தி செயல்திறனைப் பன்மடங்கு அதிகரிக்கும் என்றும் சொல்கிறார். மட்டுமல்ல, சுயப்பரிவுடன் உள்ளவர்களால்தான் சகமனிதர்கள் மீது முழுமனதுடன் அன்பு செலுத்த முடியும் என்கிறார்.

நீங்கள் உங்கள் மீது பரிவுகாட்ட மற்றவர்களைவிடச் 'சிறப்பாகச்' (உங்கள் மதிப்பீட்டில்) செயல்பட வேண்டும் என்ற அவசியமில்லை

என்பதை கிறிஸ்டின் சுட்டிக்காட்டுகிறார். எல்லோரும் எல்லாப் பணிகளிலும் சிறந்து விளங்குவது இயலாத காரியம், சில வேலைகளில் நாம் சூப்பர் என்றால், சிலவற்றில் சராசரியாகத்தான் இருப்போம். சூப்பரும் சராசரியும் கலந்த கலவைதான் நாம். ஆனால், இந்த யதார்த்தத்தை உணராமல், எல்லாவற்றிலும் சூப்பராக இருக்க ஒவ்வொருவரும் போராடுகிறோம், அதில் வெற்றி பெறமுடியாமல் தவிக்கிறோம், இறுதியில், இயலாமையால் நம்மை நாமே காயப்படுத்திக் கொண்டு வெறுப்புணர்வால் வெதும்புகிறோம். நம்மால் ஒரு விஷயத்தைச் செய்ய முடிந்தால் நம்மைக் கொண்டாடுவதும், முடியவில்லை என்றால் வெறுப்பதும் என்ன நியாயம்?

வேலைகளுக்கு மட்டுமல்ல, நாம் தவறு செய்யும்போது நம்மை மன்னிக்கவும் சுயபரிவு உதவுகிறது. தவறு செய்வது மனித இயல்பு. அதை மன்னித்து திருத்திக்கொள்வதை விடுத்து, நம்மேல் கோபப்படுவதாலும் குற்றவுணர்வு கொள்வதாலும் எந்தப் பயனும் இல்லை. நம்மை மன்னிக்கும் போதுதான், பிறரையும் மனதார மன்னிக்க முன்வருகிறோம்.

எந்த மோசமான சூழலிலும் 'இட்ஸ் ஓகே டியர், இது எவ்வளவு கடினமானது என்பது புரிகிறது' என்று நம்மை நாமே தேற்றிக்கொண்டு அன்பு செலுத்தினால், விரைவாக அதிலிருந்து மீளமுடியுமென்று கிறிஸ்டின் நெஃப் கூறுகிறார். Self-compassionக்கும் Self-esteemக்கும் உள்ள நுணுக்கமாக வேறுபாட்டை விவரிக்கும் விதம் அற்புதம்.

கிறிஸ்டின் நெஃப் சுயபரிவு குறித்து மேற்கொண்ட நீண்ட ஆராய்ச்சியின் விளைவே 'செல்ஃப் கம்பேஷன்' என்ற இந்த அருமையான நூல். இதை அமேசானில் வாங்கலாம். கிண்டிலிலும் இருக்கிறது.

சுயபரிவின் தேவையை, அற்புதங்களைப் பல்வேறு கோணங்களில் இது முன்வைக்கிறது. நிதானமாக வாசித்தேன். கொரோனாவால் நம்மைச் சுற்றி ஏற்பட்டுள்ள இழப்புகளையும் குடும்பத்தில் ஏற்பட்ட இழப்பையும் எதிர்கொண்டு மீண்டு வர இந்த நூல் பெரிதும் உதவியது. நீங்களும் வாசியுங்கள் தோழர்களே.

# ‘SO CALLED கற்பை’ நொடிக்கு நொடி நிரூபித்துக்கொண்டே இருக்க வேண்டுமாம்!

ஒரு பெண்ணுக்கு குழந்தைப் பருவம் முதல் கிழவியாகும் வரை அதிக மனஅழுத்தத்தைத் தரும் விஷயம் ஒன்று உண்டென்றால் அது தனது ‘*so called* கற்பை’ நொடிக்கு நொடி நிரூபித்துக்கொண்டே இருப்பது தான். பத்து வயது சிறுமியாக விளையாடும் போதே, ‘பாவாடை பறக்குறதுகூடத் தெரியாம அப்படி என்ன விளையாட்டு உனக்கு’, ‘நீ பெரிய பொண்ணாகிட்டு இருக்கே, பசங்ககூட எல்லாம் விளையாடக் கூடாது’ என்று ஆரம்பிப்பார்கள்.

இந்தக் கட்டுப்பாடுகளும் விமர்சனங்களும் அவள் வயது வந்தபிறகு உச்சகட்டத்தை எட்டும். ‘சுரிதாருக்கு ஷாலை பின்பண்ணிப் போடு’, ‘ஆறு மணிக்குள்ள வீட்டு வந்துறணும்’ என்று வீட்டில் ஆரம்பித்து, பள்ளியில், அக்கம்பக்கத்தில் என்று ஆளாளுக்கு அட்வைஸ் செய்வார்கள். ‘ஸ்கூலுக்குப் படிக்க வர்றியா, பசங்களோட அரட்டை அடிச்சு, கூத்தடிக்க வர்றியா?’, ‘நீ வயசுப் பொண்ணு, அந்தப் பையனோட ரோட்டுல நின்னு பேசுறது கொஞ்சம்கூட நல்லால்ல’, ‘இப்படி இறுக்கமா ட்ரெஸ் பண்ணிட்டுப் போகுது பாரு, இதெல்லாம் எங்க உருப்படப் போகுது?’ என்றெல்லாம் கடுமையான விமர்சனங்கள் முகத்திற்கு நேராகவும் காதில் படும்படியாகவும் வரும்.

கல்லூரிக் காலத்திலும் இது தொடரும். ‘எப்பப் பார்த்தாலும் போனை நோண்டிட்டே இருக்கே? அப்படி யாருக்கு மெசேஜ் அனுப்புறே, குடு பார்ப்போம்’, ‘கிளாஸ் நாலு மணிக்கே முடிஞ்சிருக்கும், இப்ப மணி அஞ்சரை. ஏண்டி இவ்வளவு லேட்டு?’, ‘அது என்ன எப்ப பார்த்தாலும் உனக்கு மட்டும் ஸ்பெஷல் கிளாஸ் வக்கிறாங்க, பக்கத்து வீட்டு செல்வி, சனிக்கிழமையெல்லாம் வீட்டுலதான் இருக்கா’ என்றெல்லாம் கேள்விகள் வரும். மேலோட்டமாகப் பார்த்தால் இயல்பான கேள்விகள் மாதிரி தெரியும். ஆனால், சந்தேகத்தோடு ஆழம் பார்ப்பது பெண்களுக்கு மட்டும்தான் புரியும். இந்தக் கேள்விகள் அனைத்தும் அப்பா, அம்மா உறவுகள் எல்லோரிடமிருந்தும் வரும்.

கல்யாணத்திற்குப் பிறகு கணவனுக்கும், மாமியார், மாமனார் என்று அத்தனை குடும்ப உறவுகளுக்கும் தன்னை நிரூபித்துக்கொண்டே இருக்க வேண்டும். வேலைக்குப் போகாமல் வீட்டில் இருக்கும் பெண்ணை நோக்கியும் கேள்விகள் வந்தவாறே இருக்கும். 'நான் போன் பண்ணும்போது, போன் பிஸியாக இருந்ததே யார்கூடப் பேசிட்டு இருந்தே?', 'காய்கறி வண்டிக்காரர்கிட்டே அப்படி என்ன சிரிப்பு?', 'எங்க போகணும்னு இப்படி சூப்பரா ட்ரெஸ் பண்ணிட்டு இருக்கே?' என்றெல்லாம் கேட்கப்படும். வேலைக்குப் போகும் பெண் என்றால், வேலை முடிந்து வீட்டுக்கு வரும் நேரத்துக்குள் வந்துவிட வேண்டும், லேட்டாக வந்தால் அதற்கும் ஆயிரம் கேள்வி வரும்; அன்று அலுவலகத்தில் நடந்தது என்ன, பேசியது என்ன என்று அனைத்தையும் ஒப்பிக்க வேண்டும்.

அலுவலக விஷயமாக வெளியே போனால், 'எப்படிப் போனாய், யாருடன் போனாய், அந்த இடம் எங்கே இருக்கு, என்ன வேலை' என்றெல்லாம் விசாரிப்பு இருக்கும். அலுவலகம் செல்லும் பெண்ணை, குடும்பமும் அக்கம்பக்கத்தாரும் கண்காணிப்பது மட்டுமின்றி, அலுவலகத்தின் சக ஊழியர்களும் கண்காணிப்பார்கள். 'அது என்ன உன்னை மட்டும் சூப்பர்வைசர் திட்டறதேயில்லை?', 'அந்தப் பையன் ஏன் நீ கேட்டா மட்டும் டீ வாங்கிட்டு வந்து தர்றான்?' என்று அல்ப விஷயத்துக்கெல்லாம் உளவு பார்ப்பார்கள்.

தனித்து வாழும் பெண்கள், ஒற்றைப் பெற்றோராக இருக்கும் பெண்களைப் பற்றிச் சொல்லவே வேண்டாம், அவர்களின் வாழ்நாள் நோக்கமே 'தான் ஒழுக்கமாக இருக்கிறோம்' என்று நிரூபிப்பதுதான் என்பது போல பொதுச் சமுதாயம் அவர்களை இரக்கமில்லாமல் நடத்துகிறது. வன்மத்தோடு விமர்சிக்கிறது.

எல்லோரின் நோக்கமும் ஒன்றுதான், 'நீ 'ஒழுக்கமாக' இருக்கிறாயா?' என்ற வினாதான் இந்த எல்லா விமர்சனங்களிலும், கேள்விகளிலும் அடியோட்டமாக இருக்கிறது. 'அப்படியெல்லாம் இல்லை, பெண் மேல நம்பிக்கை இருக்கு, சும்மாதான் கேட்கிறோம்' என்று யாரும் சப்பைக்கட்டு கட்ட வேண்டாம். இந்தச் சமுதாயத்தில் பெண்ணின்

> ஆண்களாகப் பிறந்ததாலேயே அவர்களின் 'கற்பைப்' பற்றி இந்த உலகத்துக்குக் கவலையில்லை, அவர்களைக் கேள்வி கேட்பதில்லை.

துப்பட்டா போடுங்க தோழி

so called 'ஒழுக்கத்தைக்' கேள்வி கேட்கும் உரிமையை, தெரிந்தவர், தெரியாதவர், குடும்பத்தினர், முன்பின் அறிமுகமில்லாதவர் என்று அனைவரும் பெற்றிருக்கிறார்கள். எல்லோரையும் ஆட்டி வைப்பது 'கற்பு' என்ற கருத்தாக்கம்தான். ஆண்களாகப் பிறந்ததாலேயே அவர்களின் 'கற்பைப்' பற்றி இந்த உலகத்துக்குக் கவலையில்லை, அவர்களைக் கேள்வி கேட்பதில்லை. பெண்களாகப் பிறந்ததாலேயே நொடிக்கு நொடி 'தான் கற்புள்ளவள்' என்று நிரூபித்துக் கொண்டே இருக்க வேண்டியிருக்கிறது.

'மற்றவர்கள் பேசுவதைப் பற்றி எனக்குக் கவலையில்லை, என் மனசாட்சிக்குச் சரியென்று படுவதை நான் செய்வேன்' என்று ஒரு பெண் இருந்தால் என்ன? தாராளமாக இருக்கலாம். ஆனால், அவள் ஆகச்சிறந்த சாதனை புரிந்தாலும், அதனை ஒதுக்கி வைத்துவிட்டு, 'ஒழுக்கக் கண்ணாடி' போட்டுக் கொண்டுதான் சமுதாயம் அவளைப் பார்க்கும், மதிப்பிடும். ஆணுக்கு இந்த 'ஒழுக்கக் கண்ணாடி' எல்லாம் பெரிதாகக் கிடையாது, அவனின் செயலை மட்டுமே வைத்து மதிப்பிடுவார்கள். அதே போல, குற்றச் செயல்களில் விசாரிக்கப்படும்போது, அந்தப் பெண் 'ஒழுக்கமில்லாதவள்' என்று பொதுப்புத்தி முடிவு செய்யுமானால், அவள் உண்மையிலேயே குற்றம் செய்திருக்காவிட்டாலும் அவள் வார்த்தையும் வாதமும் அங்கு பெரிதாக எடுத்துக்கொள்ளப்படாது.

பொதுப் புத்தியின் அடியாழத்தில், 'பெண் உடல் பொத்திப் பாதுகாக்கப்பட வேண்டியது. அவளின் கணவனாகப் போகிறவன் / கணவனுக்கு மட்டுமே உரியது. அதனைத் தூய்மை கெடாமல் காக்க வேண்டும்' என்கிற ஆணாதிக்கக் கருத்து அழுத்தமாகப் பதிந்திருக்கிறது. அதனால்தான் அவள் பாதுகாப்பை பற்றிச் சமுதாயம் கவலைப்பட்டுக்கொண்டே இருக்கிறது. பெண்ணுக்குப் பாதுகாப்பு வேண்டும் என்று இங்கு எழுப்பப்படும் குரல் எல்லாம், அவளது so called 'கற்பை' பாதுகாக்க வேண்டும் என்பதில்லாமல் வேறொன்றுமில்லை. அவளுக்குத் தன் உடல் மீதான அடிப்படை உரிமையே மறுக்கப்படுகிறது.

சதாசர்வகாலமும் இந்த அழுத்தத்துடன் இயங்கும் பெண்களால் எப்படிச் சுதந்திரமாகச் சிந்திக்க முடியும், செயல்பட முடியும்? 'பெண்கள்தான் பெண்களைப் பற்றி மோசமாகப் பேசுகிறார்கள், பெண்ணே பெண்ணுக்கு எதிரி' என்று சொல்வது மிக மேலோட்டமான, பலவீனமான வாதம். ஆணாதிக்கச் சிந்தனை ஆணிடமும் இருக்கிறது, பெண்ணிடமும் இருக்கிறது. இருவரும் காலங்காலமாக இந்தச் சிந்தனையால் மூளைச் சலவை செய்யப்பட்டவர்கள்தாம்.

ஆணாதிக்கச் சிந்தனையிலிருந்து, கற்பு என்ற கருத்தாக்கத்திலிருந்து மொத்த சமுதாயமும் விடுபட்டால் மட்டுமே பெண் விடுதலை உணர்வைப் பெறமுடியும். தனது முழு ஆற்றலுடன் செயல்பட முடியும். சமுதாயத்திற்குப் பங்களிக்க முடியும். 'பெண்கள் சுயநலத்துடன் இருக்கிறார்கள், சமுதாயப் பணிக்குப் பெரும்பான்மையினர்

கீதா இளங்கோவன்

வருவதில்லை' என்று குற்றம் சாட்டுகிறார்கள். இங்கே வீட்டைவிட்டு வெளியே வேலைக்குப் போய் வருவதே பெரிய காரியமாக இருக்கிறது. அதைத் தாண்டி சமுதாயப் பணிக்குப் போனால், குடும்பம் மட்டுமல்ல, சமுதாயத்தின் 'ஒழுக்க'க் கேள்விகளையும் எதிர்கொள்ள வேண்டியிருக்கிறது என்ற ஆயாசத்தில் பெரும்பாலான பெண்கள் முடங்கிவிடுகின்றனர். இது பேரிழப்பு.

இவை எல்லாவற்றையும் தாண்டி சமுதாயப் பணி செய்யும் தோழியரைப் பாராட்ட வேண்டும். அவர்கள் துணிவைப் போற்ற வேண்டும்.

தோழர்களே, கற்பு என்ற கருத்தாக்கம் மிகக் கற்பனையானது, செயற்கையானது, பெண்ணை அடிமையாகவே வைத்திருக்கும் மோசமான உத்தி. தன் வாழ்க்கையை எப்படி வாழ வேண்டும் என்ற அறிவு ஒவ்வொரு பெண்ணுக்கும் இருக்கிறது. எந்த உறவிலும் பெண்ணின் நம்பிக்கையைப் பெறுவதுதான் முக்கியம். அது தாய் மகள் உறவாகட்டும், கணவன் மனைவி உறவாகட்டும், சக தோழமைகளாகட்டும். நம்மைச் சுற்றியிருக்கும் பெண்களை 'ஒழுக்கக் கண்ணாடி'யால் எடை போடாமல், விமர்சிக்காமல் இருப்போம். முன்முடிவுகள் (ஜட்ஜ்மெண்டலாக) இல்லாமல், நட்போடு உறவாடுவோம், மனிதத்துடன் இயங்குவோம், அன்பு செய்வோம்.

# உன் சம்பாத்தியம் உன் உரிமை; உன் சுயமரியாதை

சென்ற ஆண்டு சில தோழிகளுடன் ஷாப்பிங் சென்றபோது, அழகான குர்த்தாவைப் பார்த்து ஒரு தோழி வாங்க ஆசைப்பட்டார். 'சூப்பரா இருக்கு, வாங்குங்க' என்று சொல்லிவிட்டு மற்ற உடைகளைப் பார்த்துக் கொண்டிருந்தேன். என் பின்னாடியே வந்து ரகசியமாக, 'நான் ஏடிஎம் கார்டு கொண்டு வரலை, எனக்கு நீங்க பணம் கொடுக்க முடியுமா?' என்று கேட்டார். நான் சரியென்று பணம் செலுத்திவிட்டேன். அடுத்தநாள் பணத்தைத் திருப்பிக் கொடுக்க வந்தபோதுதான் உண்மை தெரிந்தது. நல்ல வேலையில் இருக்கும் அவரின் ஏடிஎம் கார்டை, அவர் கணவர்தான் வைத்திருக்கிறாராம். அன்றாட ஆட்டோ செலவு, டீ செலவுக்கு மட்டும் தினமும் பணம் கொடுப்பாராம். வேறு ஏதாவது வாங்க வேண்டுமென்றால், பியூட்டி பார்லர் போகவேண்டுமென்றால், முன்கூட்டியே அவரிடம் விளக்கி, அனுமதி வாங்கி, கூடுதல் பணம் வாங்கி வருவாராம். 'ஏன் இப்படிச் செய்றீங்க? உங்க சம்பளத்தை உங்க பேங்க் அக்கவுண்ட்லதானே போடுறாங்க, உங்க ஏடிஎம் கார்டை நீங்க வச்சுக்க வேண்டியதுதானே?' என்று கேட்டேன். மௌனமாக இருந்தார்.

இவர் மட்டுமல்ல, வேலைக்குப் போகும் நிறைய பெண்கள் தன் ஏடிஎம் கார்டைக் கணவரிடம் கொடுத்து வைத்துள்ளனர். 'எனக்கு பொறுப்பு பத்தாது; எங்கயாவது தொலைச்சுடுவேன்' என்று சொன்னார் ஒரு தோழி. இவர் பல லட்சம் புழங்கும் அலுவலகத்தில் அக்கவுண்டன்ட்டாகப் பணிபுரிகிறார். 'பேங்க்ஸ்டேட்மெண்ட், இன்கம் டாக்ஸ் ரிடர்ன்ஸ்... இதெல்லாம் தொல்ல பிடிச்ச வேலை. எனக்கு வராது. அவரே பார்த்துக்கிடட்டும்னு ஏடிஎம் கார்டு, பாஸ்புக் எல்லாம் அவர்கிட்டயே குடுத்துட்டேன். டூவீலர் பெட்ரோல் செலவுக்கு, மத்த செலவுக்குன்னு, வாரத்துக்கு ஒரு தடவை அவர் கிட்டே வாங்கிப்பேன்' என்றார். இவர் முதுகலைப் பட்டம் பெற்றவர்.

வேலைக்குப் போய் பொருளீட்டுவதால் பெண்கள் பொருளாதாரச் சுதந்திரம் பெற்றுவிட்டனர்; தற்சார்புடன் இருக்கிறார்கள் என்ற

கீதா இளங்கோவன்

கூற்றை மறுஆய்வு செய்ய வேண்டியிருக்கிறது. பெண்கள் வீட்டை விட்டு வெளியே போய் வேலை செய்வதென்பதே ஆணாதிக்கச் சமுதாயத்திற்கு ஒரு சவால்தான். ‘குடும்பப் பெண்ணை வெளியே வேலைக்கு அனுப்பாதே, அவ கெட்டுப் போயிடுவா, வீட்டுல குங்குமம் தயார் செய்து, வித்து சம்பாதிக்கச் சொல்லு’ என்றெல்லாம் ‘அறிவுரை’ சொன்ன ‘பெரியவா’க்கள் இங்கிருந்திருக்கிறார்கள். இதையெல்லாம் கடந்து, கணிசமான பெண்கள் இன்று வேலைக்குப் போக ஆரம்பித்துவிட்டனர். வேகவேகமாக நடந்து பஸ், ட்ரெயின், ஆட்டோ பிடித்து பணியிடத்திற்குப் போகிறார்கள். சைக்கிளில், டூவீலரில், காரில் பறக்கிறார்கள். இவர்களையெல்லாம் தன் கட்டுப்பாட்டில் வைக்க ஆணாதிக்கச் சமுதாயம் பயன்படுத்தும் ஆயுதம்தான், ‘உனக்குப் பணத்தை ஒழுங்காக கையாளத் தெரியாது’ என்பது.

சுயமரியாதையுள்ள பெண்ணுக்கு உண்மையான பொருளாதாரச் சுதந்திரம் என்பது தன் ஊதியத்தைத் தானே கையாள்வது என்பதுதான். ஆனால், அவள் ஊதியம் என்பது குடும்பத்திற்கானதாக மட்டுமே பார்க்கப்படுகிறது.

என்னது? ‘காலங்காலமா என் பாட்டி சுருக்குப்பையிலும், அம்மா பர்ஸிலும் பணத்தை வைச்சுக்கிட்டு, கீரைக் கட்டுக்குக்கூடப் பேரம் பேசி, ஒரு பவுடர் டப்பா வாங்கறதுக்கு ஆயிரம்முறை யோசிச்சு, சில்லறையை எண்ணி எண்ணி செலவு பண்ணுனாங்களே, சேத்து வச்சு என்னையும் தம்பியையும் படிக்க வச்சாங்களே. அவங்களுக்கா பணத்தைச் சரியா வச்சுக்கத் தெரியல, சேமிக்கத் தெரியல?’ என்று நீங்கள் கேள்வி கேட்கலாம். ஆணாதிக்கம் நிறைந்த பொதுப்புத்தியின் இன்றைய பதில், ‘அது வேற காலம். இப்ப நீ பேங்க் ட்ரான்ஸ்சாக்ஷன்ஸ், நாமினி, நெட்பாங்கிங், டெபிட் கார்டு, கிரெடிட் கார்டு, இன்ஷூரன்ஸ் பாலிஸி, மியூச்சுவல் ஃபண்ட், ஷேர்ஸ், இன்கம்டாக்ஸ் ரிடன்ஸ், ஃபிக்ஸட் டெபாஸிட்... இதெல்லாம் டீல் பண்ணணும். அதுக்கு உனக்கு அறிவு பத்தாது’ என்பதுதான். இது வெளியே சொல்லும் கூற்றாக இருந்தாலும், பொதுப்புத்தியின் அடியாழத்தில் இருப்பதென்னவோ ‘எங்க போய், எவ்வளவு சம்பாதிச்சாலும், பணத்துக்கு எங்கிட்ட தான் கையேந்தணும்’ என்கிறதுதான்.

தன் சம்பளத்தைத் தன் அக்கவுண்ட்டில் வைத்துக்கொண்டு, வீட்டுக்கு இவ்வளவு என்று கொடுத்து விட்டு, தனக்குத் தேவையானவற்றுக்குச் சுதந்திரமாகப் பணத்தைச் செலவு செய்யும் பல பெண்கள் இருக்கிறார்கள். கணவர் சம்பளத்தையும் வாங்கி வைத்துக்கொண்டு, குடும்பச் செலவுகளைப் பொறுப்புடன் நிர்வகிக்கும்

தோழியர் பலர் இருக்கிறார்கள். ஆனால், இங்கு பெரும்பான்மையான பெண்களைப் பற்றித்தான் பேசுகிறேன்.

பெரும்பாலான பெண்களுக்கு, படித்த பெண்களுக்குக்கூட இதெல்லாம் நமக்குத் தெரியாது என்ற எண்ணம் இருக்கிறது. அண்மையில் ஒரு வீடியோ பார்த்தேன். அதில் ஆணும் பெண்ணும் வட்டமாக நின்றுகொண்டு, ஒரு விளையாட்டை விளையாடுகிறார்கள். கேள்விகள் கேட்கப்படும், விடை தெரிந்திருந்தால் முன்னாடி ஓர் அடி எடுத்து வைக்கவேண்டும், தெரியவில்லையென்றால் பின்னோக்கி ஓர் அடி செல்ல வேண்டும். வீடு, பொது அறிவு தொடர்பான பல கேள்விகள் கேட்கப்படுகின்றன. ஆரம்பத்தில் பல கேள்விகளுக்குப் பெண்கள் மகிழ்ச்சியாக முன்னோக்கி வருகிறார்கள், நிதி தொடர்பான கேள்விகள் வரவர அவர்கள் பின்னோக்கிச் செல்கிறார்கள். முடிவில் எல்லோரும் பின்னோக்கி நகர்ந்து சுவர் அருகில் நின்றுவிடுகிறார்கள். 'ஆம், வங்கி, வீட்டு இன்ஷூரன்ஸ், ஹோம் லோன், மியூச்சுவல் ஃபண்ட்ஸ் தொடர்பான கேள்விகளுக்கு எங்களுக்கு விடை தெரியவில்லை' என்று ஆங்கிலத்தில் கூறி வருத்தத்துடன் முடிக்கிறார்கள்.

இத்தகைய சமூகத்தில்தான் வங்கிகளின், காப்பீட்டு நிறுவனங்களின் தலைவர்களாகப் பெண்கள் இருக்கிறார்கள். ஏன் இந்திய ரிசர்வ் வங்கியின் துணை கவர்னராகப் பெண்கள் இருந்திருக்கிறார்கள். இன்றும், ஃபினான்ஷியல் அனலிஸ்டாக, கன்சல்டண்ட்டாகப் பலர் பணிபுரிகிறார்கள். ஆனால், யதார்த்தத்தில், நிதி நிர்வாகம் பெண்ணுக்கு வராது என்ற ஆணாதிக்கத்தின் மூளைச்சலவைக்கு ஆட்பட்டு, பெண்கள் தனது ஊதியம் தொடர்பான அனைத்தையும் ஏடிஎம் கார்டு உள்பட குடும்பத்து ஆண்களிடம் - கணவன், அப்பா, சகோதரன், மகன் ஆகியோரிடம் ஒப்படைத்து விடுகிறார்கள்.

இதில் இன்னொரு வகை பெண்கள், ஐடி போன்ற நவீன பணிகளில் இருப்பார்கள். கல்யாணத்திற்கு முன்பு ஏடிஎம் கார்டு, வங்கிப் பணிகள் உள்பட அனைத்தையும் திறமையாகக் கையாள்வார்கள், கல்யாணத்திற்குப் பிறகு அனைத்தையும் கணவனிடம் ஒப்படைப்பார்கள். ஏனாம்? காதலாம், நம்பிக்கையாம். இதற்கும் காதலுக்கும் நம்பிக்கைக்கும் எந்தச் சம்பந்தமும் இல்லை செல்லமே. உன் சம்பாத்தியம், உன் உரிமை, உன் சுயமரியாதை. கல்யாணத்திற்குப் பிறகு, இருவரும் உட்கார்ந்து பேசுங்கள். அவரவர் சம்பளத்தை அவரவர் அக்கவுண்ட்டில் வைத்து, நிர்வகித்துக்கொள்ளுங்கள். வீட்டுச் செலவுகளை எப்படிப் பகிர்ந்துகொள்வது என்று ஒன்றாக முடிவெடுங்கள், செலவு செய்யுங்கள். ஆரம்பத்திலேயே பேசி, செயல்படுத்திவிட்டால் பின்னால் பிரச்னை வராது. இன்னும் சொல்லப் போனால், கல்யாணத்திற்கு முன்பே நிதி நிர்வாகம் பற்றி ஆணும் பெண்ணும் பேசி முடிவெடுக்க வேண்டும்.

சுயமரியாதையுள்ள பெண்ணுக்கு உண்மையான பொருளாதாரச் சுதந்திரம் என்பது தன் ஊதியத்தைத் தானே கையாள்வது என்பதுதான்.

ஆனால், அவள் ஊதியம் என்பது குடும்பத்துக்கானதாக மட்டுமே பார்க்கப்படுகிறது. ஆணும் தன் ஊதியத்தைக் குடும்பத்திற்குச் செலவு செய்கிறான்தான். ஆனால், தனக்கான செலவுகளுக்குப் பணம் எடுத்துக்கொள்ள அவனுக்கு எந்த குற்றவுணர்வும் இல்லை; அதற்காக மனைவிடம் அனுமதி கோர வேண்டிய நிலையும் இல்லை (இது ஜோக்குகளில்தான் உள்ளது, யதார்த்த நிலை வேறு). விதிவிலக்காகச் சிலர் இருக்கக்கூடும், பெரும்பான்மையினரைத்தான் இங்கே பேசுகிறேன்.

வேலைக்குப் போய் சம்பளம் வாங்கும் அன்பான தோழியரே, உங்கள் ஏடிஎம் கார்டை முதலில் நீங்கள் வைத்துக்கொள்ளுங்கள். குடும்பச் செலவுகளுக்காகப் பணம் செலவழிப்பது வேறு, உங்கள் தனிப்பட்ட செலவுகளுக்காகப் பணம் செலவழிப்பது வேறு. இரண்டையும் பிரித்துப் பார்க்க பழகிக்கொள்ளுங்கள் டியர்ஸ்! அப்புறம், பாங்க் அக்கவுண்ட்டை நிர்வகிப்பதோ, இன்கம்டாக்ஸ் ரிட்டர்ன்ஸோ, நெட்பாங்கிங்கோ, இன்ஷூரன்ஸ் பாலிஸியோ, மியூச்சுவல் ஃபண்டோ, ஃபிக்ஸட் டெபாசிட்டோ... புரியாத பெரிய விஷயங்கள் இல்லை. பொறுமையாக வாசித்தால், தெரிந்தவர்களிடம் கேட்டால் கற்றுக்கொள்ளலாம், தடையில்லா திறந்த மனம்தான் தேவை.

# கல்யாணம்தான் பெண்ணுக்கு எல்லாமுமா?

ஆண்துணை இல்லாமல் தனித்து வாழும் பெண்களையும் ஒற்றைப் பெற்றோராக இருக்கும் பெண்களையும் இந்தச் சமுதாயம் நடத்தும் விதம் மிகக் கொடுமையானதாக இருக்கிறது. பொதுவெளியில் அவர்களுக்கு உரிய மதிப்பும் மரியாதையும் அளிக்கப்படுவதில்லை. குடும்ப விழாக்களில் இத்தகைய பெண்களை முன்னிறுத்தத் தயங்குவதும், இன்னும் ஒருபடி மேலே போய்ச் சுற்றத்தாரே அவர்களை அவமரியாதை செய்வதும், ஒதுக்கி வைப்பதும் இன்றும் நடக்கிறது. பொதுப்புத்தியில், ஆண்துணையுடன் வாழும் பெண்தான் மங்கலகரமானவள், முன்னோடியாக இருக்க அனைத்து தகுதிகளும் பெற்றவள் என்று அழுத்தமாகப் பதிந்திருக்கிறது.

'அவங்க தீர்க்க சுமங்கலி', 'மஞ்சள் குங்குமத்தோடு வாழும் மகராசி' என்று கணவனுடன் வாழும் பெண்ணைப் போற்றுவதும், 'அவளா... அத்துக்கிட்டு வந்தவதானே' என்று கணவனைப் பிரிந்து வாழும் பெண்ணையும், 'புருஷன் இல்லாம முண்டச்சியா நிக்கறா' என்று கணவனை இழந்த பெண்ணையும் தூற்றுகிறது. கல்யாணம் செய்துகொள்ளாமல் தனித்து வாழும் பெண்ணுக்கும் இங்கு எந்த மரியாதையும் இல்லை.

ஆண் துணையில்லாத பெண்ணுக்கு வாழவே தகுதி இல்லை என்றுதான் பெரும்பான்மை மதங்கள் சொல்கின்றன. சிறு வயதில் தந்தையும் இளம் வயதில் கணவனும் முதுமையில் மகனும் பெண்ணைக் காக்க வேண்டுமாம். ஆண் துணையில்லாமல் வாழும் பெண், இந்த ஆணாதிக்கச் சமுதாயத்திற்கு மிகப்பெரிய அச்சுறுத்தலாகப் பார்க்கப்படுகிறாள். இப்படியே அனைத்துப் பெண்களும் சுதந்திரமாக வாழத் தொடங்கிவிட்டால் என்ன செய்வது? ஆணுக்கு வாரிசு கிடைக்காதே, பெண்ணின் கருப்பை உதவியில்லாமல் ஜாதியையும் மதத்தையும் கட்டிக் காக்க முடியாதே என்று சமுதாயம் பயப்படுகிறது.

கீதா இளங்கோவன்

அப்படிப்பட்ட பெண்கள் பெருகாமல் பார்த்துக்கொள்ள எல்லா உத்திகளையும் கடைபிடிக்கிறது. கல்யாணம் செய்துகொண்டு கணவனுடன் வாழ்வதுதான் சிறந்த வாழ்க்கை என்று போதிக்கிறது.

‘நீ எவ்வளவு சாதிச்சாலும், கல்யாணம் செஞ்சுட்டு ஒருத்தன்கூட வாழலைன்னா வேஸ்ட்’ என்று குடும்பம், சுற்றம் தொடங்கி ஊடகங்கள், தொலைக்காட்சி, திரைப்படங்கள், சமூக ஊடகங்கள் என்று அனைத்தும் சொல்லிக்கொண்டே இருக்கின்றன. ஆண் எவ்வளவு மோசமானவனாக இருந்தாலும், அடித்தாலும் உதைத்தாலும் அவனைச் சகித்துக்கொண்டு வாழ வேண்டுமேயன்றி, கல்யாண வாழ்க்கையிலிருந்து வெளியே வந்துவிடக் கூடாது என்று பெண்களுக்குச் சமுதாயம் பலவகையில் எச்சரித்துக்கொண்டே இருக்கிறது. இந்த மூளைச்சலவைக்குப் பலியாகி, வெளியே வர தயங்கிக்கொண்டு, விஸ்மயா போல பல பெண்கள் உயிரையே விட்டுவிடுகிறார்கள்.

கல்யாணம் செய்துகொள்வதும் கொள்ளாததும் பெண்ணின் விருப்பம். அதை மதித்து தனித்து வாழ ஒரு பெண் முடிவெடுப்பதை இங்கு இயல்பாக்க வேண்டும்.

ஆணாதிக்கச் சமுதாயத்தின் மிரட்டல்களையெல்லாம் கடந்து பல பெண்கள், ஆண் துணையில்லாமல் தனித்தும், குழந்தைகளுடனும் வாழ்ந்துகொண்டுதான் இருக்கிறார்கள். இவர்களை இழிவாக நடத்தும் அதே சமுதாயம், இவர்களின் உழைப்பைச் சுரண்டிக்கொண்டிருக்கிறது.

அலுவலகங்களில் கூடுதல் வேலை வந்தாலோ, அலுவலக நேரம் தாண்டி பணி செய்ய வேண்டுமென்றாலோ, அங்கு பணிபுரியும், தனித்து வாழும் பெண்ணை அவர் அனுமதியைக் கேட்காமலே வேலையைத் திணிக்கப் பெரும்பாலானோர் தயங்குவதில்லை. ‘அவங்களுக்கு என்ன குடும்பமா, குட்டியா, இந்த வேலையை அந்தப் பொண்ணைச் செய்யச் சொல்லுங்க’ என்று, ‘குடும்பத்திற்குள்’ இருக்கும் ஆணும் பெண்ணும், அதிகாரமாகச் சொல்வார்கள். தனித்து வாழ்வது என்பது அந்தப் பெண்ணின் தேர்வு, அதற்காக அவர் கூடுதலாக வேலை செய்ய வேண்டும் என்று எதிர்பார்ப்பது அப்பட்டமான உரிமை மீறல், நியாயமற்ற செயல்.

ஆணாதிக்கச் சமுதாயம், பொதுவெளிகளிலும் இவர்களை உளவியல் ரீதியாகத் தாக்கி, நுணுக்கமாகத் தனிமைப்படுத்துகிறது.

சக அலுவலர்களாக, தெரிந்தவர்களாக, ஏன் நண்பர்களாக இருக்கும் ஆண்கள்கூட, இந்தப் பெண்களைப் பாலியல் ரீதியாக அணுகத் தயங்குவதில்லை. தன் விருப்பத்தைத் தெரிவிப்பது வேறு, 'உனக்கும் தேவை இருக்கும்தானே, நீ இணங்கித்தான் ஆகவேண்டும்' என்று நிர்பந்திப்பது வேறு. தனித்து வாழும் பெண்களுக்கும் சுயமரியாதை உண்டு, உரிமைகள், விருப்பங்கள் உண்டு என்று உணர்வதேயில்லை.

தனித்து வாழும் பெண்கள், 'பொது ஒழுக்க' விழுமியங்களைப் பொருத்தவரை மிகவும் *vulnerable* ஆக இருக்கிறார்கள். இந்தத் தோழிகள் தமது *so called* 'ஒழுக்கத்தை' நிரூபித்துக்கொண்டே இருக்க வேண்டிய நிலையில்தான் சமுதாயம் அவர்களை வைத்திருக்கிறது. தனி வீடெடுத்து வசிக்கும் தோழி சொல்வார், 'நேத்தைக்கு நைட் லேட்டா வந்தே போலிருக்கே, ஆபீசுல ரொம்ப வேலையோ' என்று பக்கத்து வீட்டு ஆண்ட்டி கொக்கிப் போடுவாராம். 'ஆமாம்னு சொல்லிட்டால் தப்பிச்சேன், இல்ல, ஃப்ரெண்ட் வீட்டுக்கு போயிருந்தேன்னு உண்மையைச் சொன்னா போச்சு, பேரு என்ன, அவங்க வீடு எங்க இருக்குன்னு தொளச்சு எடுத்துடுவாங்க. சுருக்கமா சொன்னா அந்த ஃப்ரெண்ட் ஆணா பொண்ணான்னு ஆண்ட்டிக்குத் தெரியணும்' என்று கசப்பான புன்னகையுடன் சொன்னார். ஒற்றைப் பெற்றோராக இருக்கும் தோழியும் இதே மாதிரி கதைகதையாகச் சொல்வார். பக்கத்து வீடு, எதிர்த்த வீடு, அலுவலகம், சுற்றம் என்று பலவகைகளில் இவர்களைச் சமுதாயம் கண்காணித்துக்கொண்டே இருக்கிறது.

இதையெல்லாம் மீறித் தனித்து வாழும் தோழியரின் சமூகப் பங்களிப்பு அளப்பரியது. பெண்கள் பல துறைகளில் இன்று சாதித்துக் கொண்டிருக்கிறார்கள் என்றால் பெரும்பாலும் அதற்கு விதை போட்டவர், தனித்து வாழும் ஒரு பெண்ணாகத்தான் இருப்பார். இந்திய வானியல் துறையை வடிவமைத்த 'இந்தியாவின் வெதர் வுமன்' அன்னா மானியாக இருக்கட்டும், பொட்டானிகல் சர்வே ஆஃப் இந்தியாவை உருவாக்கிய தாவரவியல் விஞ்ஞானி ஜானகியம்மாளாகட்டும்... இவர்களும் தமது துறையில் கொடிகட்டிப் பறந்த பலரும் ஆண் துணையில்லாமல் தனித்து வாழ்ந்த பெண்களே!

ஒரு துறையில் உச்சத்தை அடையும் எந்தப் பெண்ணையும் எடுத்துக்கொள்ளுங்கள், ஒன்று கல்யாணம் செய்துகொள்ளாதவராக இருப்பார், இல்லை கல்யாணமாகி, கணவனை இழந்தவராகவோ, பிரிந்தவராகவோ இருப்பார். அவர்களால் தாம் சுதந்திரமாக உழைத்து சாதிக்க முடிந்திருக்கிறது என்பது மறுக்க முடியாத உண்மை. விதிவிலக்காகச் சிலரை, வலிந்தெடுத்துக் கொண்டு நீங்கள் சுட்டிக் காட்டலாம். ஆனால், ஆண் துணையும், இந்தக் குடும்ப அமைப்பும் ஒரு துறையில் பெண்ணை, கொள்கை முடிவுகளை எடுக்கும் உயர்ந்த நிலையை எட்ட முடியாதவாறு வைத்திருக்கின்றன என்பதுதான் யதார்த்தம். இந்த உண்மை பலருக்குக் கசப்பாக இருக்கலாம்.

இதற்கு, பெண்கள் ஆண்களை வெறுக்கிறார்கள் என்றோ, ஆண்கள் இல்லாத வாழ்க்கையை விரும்புகிறார்கள் என்றோ பொருள் கொள்ள வேண்டாம். சக தோழர்களாக ஆண்களுடன் பயணிப்பதைதான் பெரும்பான்மையான பெண்கள் விரும்புகிறார்கள். ஆனால், அதற்குச் சுயமரியாதையையும் சுதந்திரத்தையும், தான் தேர்ந்தெடுத்த துறைக்காக முனைப்புடன் உழைப்பதையும் விலையாகத் தருவதில்தான் சிக்கல் இருக்கிறது.

இன்னொரு பரிமாணத்தையும் நாம் பார்க்க வேண்டும். சில பெண்கள், ஆண் துணை இல்லாமல் தனித்து வாழ்வதை, தனது விருப்பமாகத் தேர்ந்தெடுத்து, மகிழ்ச்சியுடன் வாழ்கிறார்கள். அவர்கள் வாழ்க்கையை இயல்பான ஒன்றாகவே சமுதாயம் ஏற்க வேண்டும். அதை ஏதோ குற்றமாகவோ அவர்கள் ஆண் துணையில்லாமல் கஷ்டப்படுவார்கள் என்ற அனுதாபத்துடனோ, துணையைத் தேர்ந்தெடுத்துத்தான் ஆக வேண்டும் என்ற நிர்பந்தத்துடனோ பார்க்கத் தேவையில்லை. அது அந்தப் பெண்ணின் தேர்வு என்றே பார்க்க வேண்டும்; மதிக்க வேண்டும்.

கல்யாணம் செய்துகொள்வதும் கொள்ளாததும் பெண்ணின் விருப்பம். அதை மதித்து தனித்து வாழ ஒரு பெண் முடிவெடுப்பதை இங்கு இயல்பாக்க வேண்டும். கல்யாண வாழ்க்கையிலிருந்து வெளிவந்து தனித்து வாழும் பெண்கள், ஒற்றைப் பெற்றோராக இருக்கும் பெண்கள், கணவனை இழந்த பெண்கள் இவர்கள் அனைவருக்கும் தமது விருப்பம் போல வாழ முழு உரிமை உண்டு. இவர்களை மனதார மதித்து மரியாதையுடன் நடத்த வேண்டும், அதற்குப் பழக வேண்டும், அடுத்த தலைமுறையைப் பழக்க வேண்டும். ஆண் துணையும் குடும்ப அமைப்பும் பெண்ணைச் சாதிக்க விடாமல் ஏதோ ஒருவகையில் தடை செய்கின்றன. அது எதனால் என்று சுய பரிசோதனை செய்ய வேண்டும் தோழர்களே!

# மல்ட்டி டாஸ்க்கிங் நல்லதா?

மல்ட்டி டாஸ்க்கிங் *(Multitasking)* எனப்படும் பல பணிகளை ஒரே நேரத்தில் செய்வதில் பெண்கள் திறமையானவர்கள் என்று பொதுவான ஒரு கருத்து இருக்கிறது. அடுப்பில் பாலை வைத்துவிட்டு வாசலில் காய்கறி வாங்கப் போவது, போனில் பேசிக்கொண்டே பாத்திரம் கழுவுவது, டிவி பார்த்துக் கொண்டே துணி மடிப்பது, காய்கறி நறுக்குவது... என்று பல வேலைகளை ஒரே நேரத்தில் பார்க்கும் திறன் படைத்தவர்களாக, பெண்கள் பாராட்டப்படுகின்றனர். ஆண்களுக்கு இந்த மல்ட்டி டாஸ்க்கிங் திறன் குறைவு என்றும் சொல்லப்படுகிறது.

ஒரே நேரத்தில், சமையலைச் செய்துகொண்டே, கணவர், குழந்தைகள், பெரியவர்களுக்குத் தேவையானதையும் கவனித்து, வீட்டு வேலைகளையும் செய்கிறார்கள் பெண்கள். வேலைக்குப் போகும் பெண்களுக்கோ, இந்த அத்தனை வேலைகளுடன், அலுவலகத் தொலைபேசி அழைப்புகளுக்குப் பதிலளிப்பது, வாட்ஸ்அப் மெசேஜ், மெயில் அனுப்பும் பணிகளும் சேர்ந்துகொள்கின்றன.

உண்மையில் இந்த மல்ட்டி டாஸ்க்கிங் நல்லதுதானா? இல்லை. இது மூளைக்கும் மனநலத்திற்கும் உகந்தது அல்ல என்று அறிவியல் சொல்கிறது. இப்படி மல்ட்டி டாஸ்க்கிங் செய்யும்போது, நமது பணித்திறன் 40 சதவிகிதம் குறைவதாக ஆய்வுகள் சொல்கின்றன. இது கொஞ்சம் அதிர்ச்சியாகக்கூட இருக்கிறது.

மல்ட்டி டாஸ்க்கிங்கில் ஒரே நேரத்தில் பல வேலைகளைச் செய்வதாகத் தோன்றலாம். உண்மையில் நடப்பது என்ன? ஒரு வேலையில் இருக்கும் கவனம் விரைவாக மற்றொன்றுக்கு மாறுவதும், அடுத்து வேறொன்றுக்கு மாறுவதும்தான் நடக்கிறது. இதனால் கவனம் சிதறி, ஒன்றை முனைப்புடன் செய்ய மூளை திணறுகிறது. 'மெண்டல் ப்ளாக்' ஏற்பட்டு பணித்திறன் குறைகிறது. ஒன்றை கற்றுக்கொள்ளும் திறமை, பிரச்னைகளை அடையாளம் காண்பது, அதற்குத் தீர்வு காண்பது உள்ளிட்ட ஒட்டுமொத்த அறிவாற்றல் திறனையும் இது

பாதிப்பதோடு, பதற்றம், கவலை, குழப்பத்தையும் அதிகரிக்கிறது.

இதற்குத் தீர்வு, ஒரு நேரத்தில், ஒரு வேலையில் மட்டும் கவனம் செலுத்துவதுதான். அப்படிச் செய்யும்போது செயல்திறன் *(efficiency)* கூடுவதுடன், ஈடுபாட்டுடன் நிறைவாக அந்த வேலையைச் செய்து முடிக்க முடிகிறது. அது மட்டுமல்ல, மல்ட்டி டாஸ்க்கிங்குக்கு ஆகும் நேரத்தைவிட குறைவான நேரத்தில் சிறப்புடன் முடிக்கலாம்.

புத்த துறவி திக் நாட் ஹன் *(Thich Nhat Hanh)* மைண்ட் ஃபுல்னெஸ் *(mindfulness)* என்ற கருத்தைப் பரவலாக உலகத்திற்கு அறிமுகப்படுத்தியவர். மைண்ட் ஃபுல்னெஸ் என்றால், 'அந்த நேரத்தில் என்ன செய்கிறோமோ அதில் முழுமையாகக் கவனம் செலுத்துவது.' பாத்திரம் தேய்த்தாலும், காய்கறி நறுக்கினாலும், புத்தகம் வாசித்தாலும், டிவி பார்த்தாலும், வாக்கிங் போனாலும்... அந்தத் தருணத்தில் அதில் முழுமையாக ஈடுபட்டு, அன்புடன் செய்யுங்கள் என்கிறார் திக் நாட் ஹன். இந்த விழிப்பு நிலை, செய்யும் பணியைச் சிறப்பாகச் செய்ய உதவுவதுடன், டென்ஷனைக் குறைத்து மனதையும், சமன் செய்கிறது. பதற்றமாகவோ கோபமாகவோ இருக்கும் போது, மூச்சை நன்றாக இழுத்துவிட்டு, செய்யும் வேலையை மிக நிதானமாகவும் மெதுவாகவும் செய்தால் மனம் சமநிலைப்படும் என்றும் சொல்கிறார்.

'எல்லா வேலைகளையும் நானே என் கையால் செய்தால்தான் திருப்தி' என்கிறதெல்லாம் பெருமை இல்லைங்க, உங்களுக்கு நீங்களே வைத்துக்கொள்ளும் ஆப்பு.

இதெல்லாம் சரிவருமா, காலை நேர பரபரப்பில் 'ஒரு நேரத்தில் ஒரு வேலையைச் செய்வதெல்லாம் நடக்கிற காரியமா' என்று தோழிகள் முணுமுணுக்கலாம். எவ்வளவு முடியுமோ, அவ்வளவு முயற்சி செய்து பார்க்கலாம். என்னென்ன வேலைகளைச் செய்ய வேண்டுமோ அவற்றைப் பட்டியலிட்டு, நீங்கள் செய்ய முடிந்ததை மட்டும் செய்யுங்கள். மீதியைக் குடும்ப உறுப்பினர்களுடனோ வீட்டுவேலைக்கு வரும் உதவியாளரிடமோ பகிர்ந்து கொடுங்கள். 'எல்லா வேலைகளையும் நானே என் கையால் செய்தால்தான் திருப்தி' என்கிறதெல்லாம் பெருமை இல்லைங்க, உங்களுக்கு நீங்களே வைத்துக்கொள்ளும் ஆப்பு.

மல்ட்டி டாஸ்க்கிங் கிரீடத்தைக் கழற்றி வைத்துவிட்டு, மைண்ட் ஃபுல்னெஸில் கவனம் செலுத்தினால் மனநலத்திற்கு நல்லது தோழியரே!

# பேரழகு!

**பெ**ண்களையும் தங்க நகைகளையும் பிரிக்க முடியாது என்றும் பெண்ணுக்கு பொன் நகை மேல் இருக்கும் ஆசை எந்த வயதிலும் தீராது என்றெல்லாம் சொல்கிறார்கள். பொருளாதாரம் மோசமாக இருக்கும் காலகட்டத்திலும், நகைக்கடை விளம்பரங்களுக்கும் நகைக்கடைகளில் மக்கள் கூட்டத்திற்கும் குறைவே இல்லை.

ஆதி சமுதாயத்தில் பெண்ணும் ஆணும் வேட்டையாடிய விலங்குகளின் எலும்புகளைக் கோத்து காதில், கழுத்தில், இடுப்பில் அணிந்துகொண்டார்கள். காட்டு மலர்களை சூடிக்கொண்டார்கள். மன்னர் காலத்தில் அரசிக்கு இணையாக அரசனும் தங்கம், முத்து, வைர நகைகளை அணிந்திருந்தான். நாகரிக வளர்ச்சியில், படிப்படியாக ஆண்கள் நகை அணிவது குறைந்து, பெண்கள் அணிவது கூடியுள்ளது. பெண்ணைச் சொத்தாகக் கருதும் ஆணாதிக்கச் சமுதாயத்தில் பெண்களுக்கு நகைகளைப் பூட்டி, வெளியே செல்லாமல் வீட்டுக்குள்ளேயே இருக்கச் செய்தார்கள். பெண்ணுக்குப் பொன் நகைதான் அழகு என்றும், அது அவளின் சொத்து என்றும், அதுதான் அவளுக்குப் பொருளாதாரப் பாதுகாப்பு என்றும் மூளைச் சலவை செய்தார்கள்.

பெண்ணுக்கு எதற்குத் தங்க நகைகள்? பெண்ணுக்கு நகைதான் அழகு சேர்க்கிறது என்கிறார்கள். அழகு என்பதற்கான விளக்கம் ஒருவருக்கொருவர் மாறுபடுகிறது. ஒரு பேச்சுக்கு நகைதான் பெண்ணுக்கு அழகு என்று வைத்துக் கொண்டால், வெளிநாட்டுப் பெண்கள் இந்தியப் பெண்கள் அளவிற்கு நகை அணிவதில்லை, மிஞ்சிப் போனால் சிம்பிளாக ஒரு தோடு, மெலிதான செயின் என்று அணிகிறார்கள், அது தங்கமாகக்கூட இருக்காது; அவர்கள் அழகாக இல்லையா? படிப்பிலும் வேலையிலும் தனது ஆளுமையிலும் தன்னிறைவு பெற்ற அந்தப் பெண்களுக்குத் தங்க நகை ஒரு பொருட்டாக இல்லை. அவர்கள் பெரும்பாலும் நகை அணிவதில்லை. தங்கநகை அணியும் பெண்தான்

கீதா இளங்கோவன் 45

அழகு என்பது ஒரு கற்பிதமே.

சராசரி குடும்பத்தில், ஒரு பெண் குழந்தை பிறந்தவுடனேயே நகை சேர்க்க ஆரம்பிக்கிறார்கள். எதற்காம், நாளைக்கு அவளுக்குக் கல்யாணம் செய்யும் போது நகைகள் வேண்டுமே, அதற்காம். அவள் வயதுக்கு வந்தவுடன், குடும்பத்தினரின் நகை சேர்க்கும் வேகம் கூடும். எதிர்பாராமல் வரும் பணம், தீபாவளி போனஸ் என்று குடும்பத்திற்கு வரும் பணமெல்லாம் பெண் குழந்தைக்கு நகையாக மாறும். கடன் வாங்கியாவது, 'பொம்பளப் புள்ள காதுல கழுத்துல, பொட்டுத் தங்கம் இல்லாமல் இருந்தால் நல்லா இருக்காது' என்று கம்மல், செயின், மூக்குத்தி, வளையல் என்று மாட்டிவிடுவார்கள். வயதுக்கு வந்த பெண்ணுக்கான கட்டுப்பாடுகளுடன், நகைக்கான பாதுகாப்பும் சேர்ந்து அவள் இயல்பாக வெளியே போவதைத் தடை செய்யும். 'செயினை யாராவது அத்துட்டுப் போயிடுவாங்க, வீட்லயே இரு' என்பார்கள். அந்தக் குழந்தையால் வெளியே போய் விளையாட முடியாது, தனியாகக் கடைகண்ணிக்குப் போக முடியாது. அவள் சுதந்திரத்தைத் தடை செய்வதில், அவளுக்கான வெளியை வீடாக மட்டுமே சுருக்குவதில், அவள் அணியும் தங்க நகைகளுக்குப் பெரிய பங்கு இருக்கிறது. நகை அணியாத கீழ்த்தட்டு உழைக்கும் பெண்களுக்கு, எல்லா இடங்களுக்கும் இயல்பாகப் போய்வரும் சுதந்திரம் இருப்பதைக் காணமுடிகிறது.

கல்யாணத்தின் போது, வரதட்சணையின் முக்கிய அங்கமாக இன்று தங்க நகைகள் மாறியுள்ளன. வரதட்சணையை ஒழிக்க வேண்டும் என்று சட்டம் இயற்றிவிட்டோம். பெண்கள் வரதட்சணை தரக்கூடாது, ஆண்கள் வாங்கக் கூடாது என்று பரப்புரை செய்கிறோம்; ஆனால், அதன் முக்கியப் பகுதியாக இருக்கும் தங்க நகைகளைப் பற்றி ஏன் பேசுவதில்லை? வறுமையில் இருக்கும் அடித்தட்டு மக்கள் கூட 'பொண்ணுக்குக் கால்பவுன் கம்மல், மூக்குத்தி போடுறோம்' என்று தங்கத்தை வைத்துதான் கல்யாணப் பேச்சைத் தொடங்குகிறார்கள். நடுத்தர வர்க்கமும் மேல்தட்டும் வசதிக்கேற்றாற்போல 25 பவுன், 50 பவுன், 100 பவுன் என்று பேசுகிறார்கள். வரதட்சணையில் பெண்ணுக்குத் தங்கநகைதான் முதலில், அதற்குப்

> தம் வீட்டுப் பெண்களுக்கு நகைகளைப் பூட்டி, பொது நிகழ்ச்சிகளுக்கு, பொது இடத்திற்கு ஆண்கள் அழைத்துச் செல்வது, 'தமது அந்தஸ்தைக் காட்டுவதற்குத்தான்.' இது பெண்ணைச் சொத்தாகக் கருதுவதன் வெளிப்பாடுதான்.

பிறகுதான் ரொக்கம், டூவீலர், கார், வீடு, நிலம் என்று கிராஃப் ஏறும். கல்யாணத்திற்குத் தரும் நகைகளைப் பிறந்த வீட்டுச் சீதனம் என்கிறார்கள். பெண்ணுக்கு ஏதாவது ஒரு கஷ்டம் வரும்போது, அதனை அடமானம் வைத்தோ விற்றோ சமாளித்துக்கொள்வாள் என்று பெற்றோர் எண்ணுகிறார்கள். 'இது ஒரு இன்வெஸ்ட்மெண்ட்' என்கிறார்கள். இதில் எனக்கு உடன்பாடில்லை. முதலில் பெண் குழந்தையைத் தற்சார்புடன் வளர்க்கிறோமா என்ற கேள்வியிலிருந்து இதனைத் தொடங்க வேண்டும்.

பெண் குழந்தையை, அவள் விரும்பும் படிப்பைப் படிக்க வைத்து, பொருளாதாரத் தற்சார்புடன் இருப்பதற்குத் தன் காலில் நிற்கும் தகுதியை வளர்த்து, வேலை பார்க்க வைத்து, எந்தப் பிரச்னையையும் சமாளிப்பதற்கு உடல் மனத் தகுதியை மேம்படுத்துவதுதானே சரியான, ஆரோக்கியமான வளர்ப்பாக இருக்கும்? இதனைச் செய்ய ஆணாதிக்கச் சமுதாயம் தயாராக இல்லை. ஏனென்றால், இப்படியெல்லாம் வளரும் பெண் குழந்தை சுயமாக சிந்தித்து முடிவெடுப்பாள், ஆணாதிக்கம் திணிக்கும் கருத்துகளை ஏற்க மாட்டாள், தன் துணையைத் தானே தேர்ந்தெடுப்பாள், அதன் விளைவாக ஆணாதிக்கக் கட்டமைப்பும் ஜாதியமும் மதமும் உடைந்து போகுமே என்று பொதுச் சமுதாயம் பயப்படுகிறது. இதையெல்லாம் பூசிமொழுகத்தான், பெண் குழந்தையைத் தனது சுயநலத்திற்காகக் கட்டுப்படுத்தி வளர்த்துவிட்டு, 'எவ்வளவு நகை போட்டு உனக்குக் கல்யாணம் செய்கிறேன் பார்; உனக்காக, உன் நல்ல வாழ்க்கைக்காக எவ்வளவு செலவு செய்கிறேன் பார்' என்று அந்தச் சமுதாயத்தின் பிரதிநிதிகளான, ஆணாதிக்கச் சிந்தனையுள்ள அப்பாவும் அம்மாவும் சொல்கிறார்கள்.

'எனக்கு நகை போடப் பிடிக்கலை, வேண்டாம்' என்று சொல்லும் பெண்கள் பலர் இருக்கிறார்கள். அவர்களிடம், 'நாளைக்கு உனக்கு ஏதாவது கஷ்டம்னா, இந்த நகை உனக்கு கைகொடுக்கும்' என்பார்கள். என்னவோ நகை மட்டுமே கல்யாணத்திற்குப் பிறகு அவளுக்கு வரும் எல்லாப் பிரச்னைகளையும் தீர்க்கும் என்பது போல. அண்மையில் கேரளாவில் மரணமடைந்த விஸ்மயாவிற்கு நூறு பவுன் நகை போட்டு அவர் பெற்றோர் கல்யாணம் செய்து கொடுத்திருந்தாலும், மருத்துவப் படிப்புக்கான தேர்வுக் கட்டணமாக 5,500 ரூபாயை, அடித்து உதைக்கும் கணவனிடம் கேட்க விரும்பாமல் அம்மாவிடம்தான் கேட்டிருக்கிறார். அப்போது, சீதனமாகத் தரப்பட்ட அந்த நூறு பவுன் நகை துளிக்கூட அவருக்கு உதவவில்லை என்பதுதான் நிதர்சனம். ஆற்றல்மிக்க ஆளுமையாகப் பெண்ணை வளர்ப்பதுதான், எல்லா நிலைகளிலும் அவளுக்குக் கைகொடுக்கும்... தங்க நகை அல்ல.

தம் வீட்டுப் பெண்களுக்கு நகைகளைப் பூட்டி, பொது நிகழ்ச்சிகளுக்கு, பொது இடத்திற்கு ஆண்கள் அழைத்துச் செல்வது, 'அந்தஸ்தைக் காட்டுவதற்குத்தான்'. இது பெண்ணைச் சொத்தாகக் கருதுவதன்

கீதா இளங்கோவன்

வெளிப்பாடுதான். தன்னை 'நடமாடும் நகை ஸ்டேண்டாக' வைத்திருக்கிறார்கள் என்று உணராமல் பெண்களும் தங்க நகைகளுக்கு ஆசைப்படுகிறார்கள். நகை போட்டுக்கொண்டு, பெண்கள் நினைத்த இடத்துக்கு இயல்பாகச் செல்ல முடியாது; சுதந்திரமாகப் பயணம் போக முடியாது. எப்போதும் நகையைப் பாதுகாப்பதில்தான் முழுக்கவனமும் இருக்கும். தொல்லையைத் தோளில் மட்டுமல்ல, கை, காது, மூக்கு என்று எல்லா இடங்களிலும் போட்டுக்கொண்டு அலைய வேண்டும்.

அன்புத் தோழியரே, நகை எந்தவிதத்திலும் பெண்ணுக்கு உரிய உரிமைகளையும் சுதந்திரத்தையும் அளிப்பதில்லை! அதை ஒரு முதலீடாக (இன்வெஸ்ட்மெண்ட்) நீங்கள் கருதினால், அஞ்சலகச் சேமிப்பு, வங்கி சேமிப்பு, ஃபிக்ஸட் டெபாசிட், மியூச்சுவல் ஃபண்ட் என்று எத்தனையோ வழிகள் உள்ளன. அதைப் பற்றிய அறிவை வளர்த்துக்கொண்டு, அதில் முதலீடு செய்வதுதான் புத்திசாலித்தனம். எல்லாவற்றுக்கும் மேலாக, கல்வி கற்று, அறிவையும் தகுதியையும் திறன்களையும் வளர்த்துக்கொண்டு வாழ்க்கையைத் துணிவுடன் எதிர்கொள்ளும் பெண்ணே பேரழகு!

# திருமணத்துக்குப் பிறகு வேலைக்குப் போக வேண்டுமா?

மேல்தட்டு, நடுத்தரவர்க்கத்தைச் சேர்ந்த இன்றைய தலைமுறைப் பெண்கள் சிலர், 'கல்யாணத்திற்கு அப்புறம் நான் வேலைக்குப் போக மாட்டேன்' என்று சொல்வதை ஆங்காங்கே கேட்க முடிகிறது. 'ஏம்பா?' என்றால் 'நான் சின்னப் பிள்ளையா இருந்தப்ப எங்கம்மா வேலைக்குப் போனாங்க. பக்கத்து வீட்ல இருந்த மத்த அம்மாங்க மாதிரி, நான் ஸ்கூல் விட்டு வர்றப்ப எங்கம்மா வீட்டுல இருக்க மாட்டாங்களான்னு ஏக்கமா இருக்கும். அந்த ஏக்கம் என்னோட குழந்தைக்கு வரக்கூடாது. அதனால வேலைக்குப் போக மாட்டேன். வீட்டுல இருந்து குழந்தையை வளர்ப்பேன்' என்று பதில் சொல்கிறார்கள்.

செல்லங்களா, உங்களுக்குச் சிலவற்றைத் தெளிவுபடுத்த விரும்புகிறேன். வாழ்க்கையில் சில விஷயங்களை நாம் குளோரிஃபை (அளவுக்கு அதிகமாக தூக்கிவைக்கிறது/ புகழ்வது என்று சொல்லலாம்) பண்ணி வைத்திருப்போம். 'அப்பா தினமும் டூவீலரில் ஸ்கூலுக்குக் கொண்டு போய்விடணும்', 'அம்மா சாப்பாடு ஊட்டி விடணும்', 'சைக்கிள் ஓட்டிட்டு ஸ்கூலுக்குப் போகணும்', 'டான்ஸ் கத்துக்கணும்', 'சானியா மிர்ஸா மாதிரி டென்னிஸ் விளையாடணும்' - இப்படிக் குட்டிக் குட்டியாக நிறைய ஆசைகள் சின்ன வயதில் நம் எல்லோருக்கும் இருந்திருக்கும். அவற்றில் சில நிறைவேறியும் இருக்கும். நிறைவேறிய பின் அதை நாம் பொருட்படுத்த மாட்டோம்.

சில விருப்பங்கள் நிறைவேறாமல் இருக்கும், அவற்றைப் பற்றியே நினைத்து, 'இந்த விஷயம் எனக்குக் கிடைக்காம போயிருச்சே' என்று கழிவிரக்கத்துடன் ஏக்கப்படுவோம். என்னவோ அது கிடைக்கப் பெற்றவர்கள் எல்லாம் அதிர்ஷ்டசாலிகள் போலவும், ரொம்ப மகிழ்ச்சியாக இருப்பதாகவும் கற்பனை செய்துகொண்டு, 'எனக்குத்தான் கிடைக்காம போச்சு' என்று சோகப்பட்டுக் கொண்டு இருப்போம். 'இந்தச் சோகம் என் குழந்தைக்கு வரக் கூடாது, அவள்/அவன்

பாதிக்கப்படாமல் பார்த்துக்கொள்வேன்' என்று மனதிற்குள் ஒரு முடிவும் எடுப்போம். இது எவ்வளவு குழந்தைத்தனமானது என்று தன் குழந்தை வளரும்போதுதான் புரியும். ஏனென்றால், அந்தக் குழந்தைகளின் முன்னுரிமைகளும் விருப்பங்களும் வேறாக இருக்கும். நிறைவேறாத உங்கள் ஆசையை - அவர்களுக்கு நிறைவேற்றுவதை - அவர்கள் பொருட்படுத்தக்கூட மாட்டார்கள். இதுதான் யதார்த்தம்.

அப்படி குளோரிஃபை பண்ணப்பட்ட ஓர் ஆசைதான், 'அம்மா வேலைக்குப் போகாம வீட்டுல இருக்கணும்' என்பது. இதை நம்மிடம் திணிப்பது ஆணாதிக்கச் சமுதாயத்தால் கட்டமைக்கப்பட்டிருக்கும் அச்சு, தொலைக்காட்சி ஊடகங்களும் சினிமாவும்தான். இவர்களுக்குப் பெண் வீட்டைவிட்டு வெளியே வேலைக்குப் போவதிலோ, சம்பாதித்து பொருளாதாரச் தற்சார்புடன் இருப்பதிலோ விருப்பம் இல்லை. பெண்ணுக்கான வெளி வீடு, அவள் உழைக்க வேண்டியது குடும்பத்துக்காகவும், ஆணாதிக்கத்தைப் போற்றும் மதம், ஜாதியத்தைக் கட்டிக்காப்பதற்காகவும்தான். பெண் வேலைக்குப் போய்விட்டால் இவையெல்லாம் பாதிக்கப்படுமே என்று அவள் பணிபுரிவதற்கும், தன் துறையில் முன்னேறுவதற்கும் வெவ்வேறு வழிகளில் முட்டுக்கட்டை போட்டுக்கொண்டே இருப்பார்கள். அவர்கள் கையிலெடுக்கும் ஆயுதங்களில் ஒன்றுதான் - வேலைக்குப் போகும் அம்மாவால் குழந்தையைச் சரியாக வளர்க்க முடியாது என்பது.

முதலில் குழந்தை வளர்ப்பு என்பது தாய்க்கான வேலை மட்டும் அல்ல என்பதைத் தெளிவாகப் புரிந்துகொள்ள வேண்டும். தாய்ப்பால் கொடுக்கும் காலம் வரை தாயின் கவனிப்பு குழந்தைக்குத் தேவை, அதற்குப் பிறகு தந்தையும் மொத்தக் குடும்பமும் சமுதாயமும் சேர்ந்துதான் குழந்தையை வளர்க்க வேண்டும். ஏனென்றால் அந்தக் குழந்தை வளர்ந்து தாய்க்கு மட்டும் உழைப்பதில்லை, குடும்பத்திற்காகவும் மொத்த சமுதாயத்திற்காகவும் உழைக்கிறது. தாய் என்பது பெண் வாழ்வில் ஒரு ரோல் மட்டுமே, அது மட்டுமே அவள் மொத்த வாழ்க்கையும் இல்லை. எனவே, 'தாயை'யும் குழந்தை வளர்ப்பையும் ஒருகட்டத்தில் பிரிக்க வேண்டியுள்ளது. இப்படிச் சொல்வதனால், தாய் குழந்தையைக்

*தாய்ப்பால் கொடுக்கும் காலம் வரை தாயின் கவனிப்பு குழந்தைக்குத் தேவை, அதற்குப் பிறகு தந்தையும் மொத்தக் குடும்பமும் சமுதாயமும் சேர்ந்துதான் குழந்தையை வளர்க்க வேண்டும்.*

கவனிக்கவே கூடாது என்று அர்த்தம் அல்ல. ஒரு மனுஷியாக, தன் முழு உழைப்பையும் குழந்தைக்கு மட்டுமே தருவது அவசியமில்லை என்பதுதான் பொருள்.

விவசாயப் பணி செய்யும் பெண்களும் உழைக்கும் வர்க்கத்தினரும் அடித்தட்டுப் பெண்களும் கல்யாணத்திற்குப் பிறகு வேலைக்குப் போக மாட்டேன், குழந்தை பிறந்தவுடன் அதை வளர்ப்பதற்காக வீட்டிலேயே இருப்பேன் என்று சொல்வதில்லை. அவர்களால் சொல்லவும் முடியாது. தன் கணவனுக்கு இணையாக அவர்களும் வேலைக்குப் போனால்தான் குழந்தைகளும் குடும்பமும் சாப்பிட முடியும், குழந்தைகளைப் படிக்க வைக்க முடியும். தன்னுடைய ஆளுமையை, சம்பாத்தியத்தை விட்டுக்கொடுக்காமல் அவர்கள் எப்படிக் குழந்தைகளை வளர்க்கிறார்கள், படிக்க வைக்கிறார்கள் என்று கவனித்து, அவர்களிடமிருந்து மேல்தட்டு, நடுத்தரவர்க்கப் பெண்கள் கற்றுக்கொள்ள வேண்டும். சிறு குழந்தைகளை அங்கன்வாடி, பால்வாடி மையங்களில் விட்டுவிட்டு வேலைக்குப் போகிறார்கள். குழந்தைகளை 'பேம்பர்' (அளவுக்கதிகமாகச் செல்லம் கொடுப்பது) செய்வதில்லை. வீட்டு வேலைகளுக்கு குழந்தைகளைப் பழக்குகிறார்கள். சில பொறுப்புகளைக் குழந்தைகளிடம் தருகிறார்கள்.

ஒற்றைப் பெற்றோராக இருக்கும் என் தோழிகள், வேலை பார்த்துக்கொண்டே குழந்தைகளை ஆரோக்கியமாக வளர்க்கிறார்கள். டேகேர்மையங்களில் வளரும் அவர்கள் குழந்தைகள் பிற குழந்தைகளுடன் விளையாடி, ஹோம் ஒர்க் செய்து, ஒன்றாக உணவருந்தி சந்தோஷமாக வளர்கிறார்கள். அம்மாவின் பணிச்சுமையை உணர்ந்துகொள்ளும் தோழியின் பத்து வயது மகன், அவர் வீட்டில் கம்ப்யூட்டரில் வேலை பார்க்கும் போது, பிரட் ஆம்லெட் செய்யவும் டீ போட்டுக் கொடுக்கவும் பழகிவிட்டான்.

வேலைக்குப் போகும் அம்மா வளர்க்கும் குழந்தைகள் வீட்டு வேலைகள் செய்யப் பழகுகிறார்கள். கடைக்குப் போய் வருவதால் பணத்தைச் செலவழிக்கும் பொறுப்புணர்வும் வருகிறது. சின்னச் சின்ன பிரச்னைகளுக்குச் சுணங்கிப் போகாமல், அவற்றை எதிர்கொள்ளும் தன்னம்பிக்கை வருகிறது. என் அம்மா வேலைக்குப் போகும்போது வீட்டுவேலைகளில் பாதியை நானும் தம்பியும்தான் செய்வோம். பள்ளியிலிருந்து வந்து வீடு கூட்டி, பாத்திரம் கழுவவும் விடுமுறை நாட்களில் துணி துவைக்கவும் கிரைண்டரில் மாவரைக்கவும் அம்மா பழக்கினார். அது பின்னாளில் எனக்களித்த தன்னம்பிக்கை அளப்பரியது.

'குழந்தையை வளர்க்க வேண்டும், அதனால் வேலைக்குப் போக மாட்டேன்' என்று பிரகடனம் செய்யும் அடுத்த தலைமுறை செல்லங்களே, முழு நேரமும் பார்த்துக்கொண்டால்தான் ஒரு குழந்தையைச் சிறப்பாக வளர்க்க முடியும் என்பது ஆணாதிக்கப் பொதுப்புத்தியின் கற்பிதம் கண்ணுகளே! அந்த மூளைச்சலவைக்குப் பலியாகாதீர்கள்.

கீதா இளங்கோவன்

அங்கன்வாடி, பால்வாடி மையங்கள், குழந்தைகள் காப்பகம், டே கேர் சென்டர், தனியாக உதவியாளர் என்று நம்மைச் சுற்றி உள்ள பல வசதிகளை நீங்கள் பயன்படுத்திக்கொள்ளலாம். புத்திசாலித்தனமாகத் திட்டமிட்டு, வேலைக்குப் போய் சம்பாதித்து, சுயமரியாதையுடன், வாழ்க்கையை மகிழ்ச்சியாக வாழுங்கள். அதெல்லாம் சரி, இவ்வளவு திட்டமிட்டு நாங்கள் வேலைக்குப் போய்த்தான் ஆக வேண்டுமா என்று கேட்டால்... கண்டிப்பாகப் போக வேண்டும்.

# திருமணத்துக்குப் பின் வேலைக்குச் செல்வது அவசியம்!

'வேலைக்குப் போக மாட்டேன்' என்று சொல்லும் அடுத்த தலைமுறைப் பொண்ணுங்களா, என் கண்ணுங்களா... சென்ற கட்டுரையின் தொடர்ச்சி இது.

பெண் வேலைக்குப் போக வேண்டும், குறிப்பாகக் கல்யாணம் செய்து கொள்ளப் போகும் அடுத்த தலைமுறைப் பெண்கள் கண்டிப்பாக வேலை தேடிக்கொள்ள வேண்டும். வேலையுடன்தான் கல்யாணம் செய்துகொண்டு, புகுந்த வீட்டுக்குச் செல்ல வேண்டும் என்பது என் அன்பான வேண்டுகோள்.

முதலில் வேலையில்லாத பெண்களை எடுத்துக்கொள்வோம். சராசரி குடும்பத்தைச் சேர்ந்த பெண், அவள் வசதியில்லாத வீட்டுப் பெண்ணாகட்டும், வசதியான வீட்டுப் பெண்ணாகட்டும் கல்யாணம் செய்துகொண்டு போகும்போது என்ன எடுத்துப் போவாள்? பிறந்த வீட்டில் கொடுக்கும் சீர்வரிசை - நகைகள், பாத்திரங்கள் இத்தியாதி - வகைகளும், தன்னுடைய துணிகள், தனக்குத் தேவையான பொருட்களையும் எடுத்துச் செல்கிறாள். பெரும்பாலானோர் (வேலையில்லாத கல்யாண வயதில் இருக்கும் இளம்பெண்கள்), தனக்கென்று பேங்க் அக்கவுண்ட்டை வைத்துக்கொள்வதில்லை. எப்போது வேண்டுமானாலும் பணம் எடுத்துக்கொள்ளும் வகையில் தனது பேங்க் அக்கவுண்ட்டுடன், ஏடிஎம் கார்டுடன் அவர்கள் புகுந்த வீட்டுக்குச் செல்வதில்லை. கைச்செலவுக்குக் கொஞ்சம் பணம் வைத்திருக்கலாம். மற்றபடி தன் சாப்பாட்டுக்கும் செலவுக்கும் முழுக்கமுழுக்க, தன் கணவனையும் புகுந்த வீட்டாரையும் நம்பித்தான் பெண்கள் போகிறார்கள். வரதட்சணையாகப் பெண் வீட்டார் தரும் பணத்திற்கும் அந்தப் பெண்ணிற்கும் எந்தச் சம்பந்தமும் இருக்காது. அதைப் புகுந்த வீட்டார்தான் வைத்திருப்பார்கள், செலவழிப்பார்கள். பெண்ணுக்காகத் தரும் நகைகளும் (அவள் அணிந்திருப்பதைத்

தவிர) புகுந்த வீட்டினரின் கஸ்டடியில்தான் இருக்கும். சுருக்கமாகச் சொன்னால், கிட்டத்தட்ட பிச்சைக்காரியாகத்தான் பெண்கள் புகுந்த வீட்டுக்குப் போகிறார்கள். இப்படிச் சொல்வது கடுமையான சொற்பிரயோகமாகத் தோன்றலாம். ஆனால், இதுதான் யதார்த்தம்.

தன்னிடம் பணம் இல்லாத நிலையில், பெண் தன்னுடைய அடிப்படைத் தேவைகளுக்காக, ஒரு சானிடரிநாப்கின் பாக்கெட் வாங்கக்கூட கணவன் கையையோ மாமியார் மாமனார் கையையோ எதிர்பார்க்க வேண்டியிருக்கிறது. தனக்கான நியாயமான ஆசைகளையும் சின்னச்சின்ன விருப்பங்களையும் நிறைவேற்றுவதற்காக அவர்களின் மனம்கோணாமல், 'நல்ல முறையில்' நடந்துகொள்ள வேண்டியிருக்கிறது. இங்கே பெண்ணின் சுயமரியாதை கேள்விக்குறியாகிறது. பெண்ணின் எண்ணங்களும் அவளின் கணவன், புகுந்த வீட்டார் எண்ணங்களும் ஒத்ததாக இருக்கும்பட்சத்தில் எந்தப் பிரச்னையும் இருக்காது, அப்படியிருந்தால் மிக்க மகிழ்ச்சி. ஆனால், அப்படி அமைவது சிலருக்குத்தான். பெண் வளர்ந்த குடும்பப் பின்னணி வேறு, புகுந்த வீட்டாரின் பின்னணி வேறு. கருத்துவேறுபாடுகள் வருவது இயல்பு. கணவன் ஆதரவாக இருந்தால் ஓரளவு சமாளிக்கலாம். கணவனும் தன் வீட்டார்பக்கம் பேசினால், பெண்ணின் பாடு திண்டாட்டம்தான். பிறந்தவீடும், 'கல்யாணம் பண்ணிக் கொடுத்தாச்சில்ல, நீயாச்சு, உன் புருஷனாச்சு, அவன் குடும்பமாச்சு' என்றோ, 'அவங்க பேச்சைக் கேட்டுக் கொஞ்சம் அட்ஜஸ்ட் பண்ணி நடந்துக்கோ' என்றோ நாகரிகமாக கைகழுவி விடும். இப்படிப்பட்ட சூழலில், அவள் தனக்கான செலவுகளுக்குக்கூட தனது சுயத்தை, ஆளுமையை, தனது சுயமரியாதையை விட்டுக் கொடுக்கவேண்டியுள்ளது. செலவுகளுக்கே இப்படியென்றால், தனது விருப்பங்களையும் உரிமைகளையும் சுதந்திரத்தையும் பற்றிப் பேசுவதற்கு எங்கே இடம் இருக்கிறது?

ஆணாதிக்கம் இங்கேதான் தன் சாதுரியத்தைக் காட்டுகிறது. பெண் கையில் பணம் இல்லாமல் இருந்தால்தான், அவள் தன் செலவுகளுக்குக் கணவனையும் புகுந்த வீட்டையும் சார்ந்திருப்பாள். பெண்ணானவள், பணத்திற்கு அவர்களிடம் கையேந்தும் நிலையில், அவர்களின் மனம் கோணாமல் நடந்துகொள்வதும் அவளுக்கு

> பெண் தனது நியாயமான உரிமைகளைக் கேட்பதையும் சுயமரியாதையுடன் இருப்பதையும் ஆணாதிக்கப் பொதுப் புத்தி விரும்புவதில்லை. எனவே, பெண் வேலைக்குப் போகாமல் இருப்பதையே சமுதாயம் விரும்புகிறது.

நிர்பந்திக்கப்படுகிறது. ஆணாதிக்கத்தின் நோக்கங்கள் நிறைவேற, பெண்ணை இப்படிச் சார்ந்திருக்கும் நிலையிலேயே வைத்திருப்பது அவசியமாகிறது. பெண் தனது நியாயமான உரிமைகளைக் கேட்பதையும் சுயமரியாதையுடன் இருப்பதையும் ஆணாதிக்கப் பொதுப் புத்தி விரும்புவதில்லை. எனவே, பெண் வேலைக்குப் போகாமல் இருப்பதையே சமுதாயம் விரும்புகிறது.

'எங்க வீட்டில் பார்க்கும் மாப்பிள்ளையும் அவங்க குடும்பமும் நல்லவங்களாத்தான் இருப்பாங்க. எனக்கு எந்தப் பிரச்னையும் இருக்காதுக்கா' என்று நம்பும் செல்லங்களா... அப்படியே இருக்க வேண்டும், நீங்கள் மகிழ்ச்சியாக, சிறப்பாக வாழ வேண்டும் என்று நான் ஆசைப்படுகிறேன். ஒருவேளை அப்படி அமையாவிட்டால் உங்கள் நிலை என்ன என்பதுதான் என் கவலை. இனி ஒரு விஸ்மயாகூட உருவாகக் கூடாது.

கணவனும் புகுந்த வீட்டினரும் உங்களை மரியாதையாக நடத்தாமல் போனாலோ, உங்களுக்கும் கணவனுக்கும் கருத்துவேறுபாடு வந்தாலோ, உங்கள் கணவனின் நடத்தை உங்களுக்குப் பிடிக்காமல் போனாலோ... இப்படிப் பலவற்றையும் சொல்லிக்கொண்டே போகலாம். வாழ்க்கை எந்தக் கட்டத்திலும் எப்படியும் மாறலாம். அந்தச் சூழலில், நீங்கள் தனித்து வாழ முடிவெடுத்தால் உங்களுக்குத் துணையாக யார் இருப்பார்கள்? உங்கள் பெற்றோர், முடிந்த வரை நீங்கள் கணவனுடன் வாழ வேண்டும் என்றுதான் விரும்புவார்கள்; சேர்த்து வைக்கத்தான் பார்ப்பார்கள். எனவே, உங்கள் முடிவுக்குப் பிறந்த வீட்டின் ஆதரவு பெரிதாக இருக்காது. பெற்றோர் ஆதரவளிக்கிறார்கள் என்றே வைத்துக்கொள்வோம், எவ்வளவு காலத்திற்கு அவர்களின் பண உதவியுடன் உங்களால் வாழமுடியும்? சுயமரியாதையுடன் வாழ வேண்டுமென்றால், ஒரு கட்டத்தில் உங்கள் காலில்தான் நிற்க வேண்டியிருக்கும். அப்போது வேலை தேடுவதும் உங்களுக்கு ஏற்ற வேலை கிடைப்பது எவ்வளவு தூரம் சாத்தியம்... எல்லாவற்றையும் எண்ணிப் பாருங்கள். பெண்ணுக்கு வேலை எவ்வளவு முக்கியம் என்று புரியும் டியர்ஸ்.

ஏற்கெனவே நீங்கள் வேலைக்குச் செல்பவராக இருந்தால், அந்த வேலையுடன் கல்யாணம் செய்துகொண்டு போகும்போது, உங்களுக்கென்று பேங்க் அக்கவுண்ட் இருக்கும். அதில் பணம் வைத்திருப்பீர்கள். உங்கள் செலவுகளுக்கு நீங்கள் கணவனையோ புகுந்த வீட்டையோ சார்ந்திருக்க வேண்டியிருக்காது. கல்யாண வாழ்க்கையில் ஏதாவது பிரச்னை வந்தாலோ தனித்து வாழும் முடிவு எடுத்தாலோ பொருளாதாரச் தற்சார்பு கைகொடுக்கும்.

வேலைக்குப் போகும் பெண்கள் கல்யாணம் செய்துகொள்ளும்போது, முன்னதாகவே சில முடிவுகளைக் கவனமாக எடுத்துவிடுங்கள். எந்தக் காரணம் கொண்டும், உங்க பேங்க் அக்கவுண்டையோ ஏடிஎம் கார்டையோ கணவனிடமோ புகுந்த வீட்டினரிடமோ கொடுக்காதீர்கள்.

உங்கள் பண நிர்வாகத்தை நீங்களே பார்த்துக்கொள்ளுங்கள். இப்படிச் சொல்வதனால் அவர்களிடம் நம்பிக்கை இல்லை என்று அர்த்தம் இல்லை.

அன்பு, நம்பிக்கை, பாசம் என்பது வேறு, பொருளாதாரத் தற்சார்பு என்பது வேறு. இரண்டையும் குழப்பிக்கொள்ளாதீர்கள். வீட்டுச் செலவுகளை எப்படி பகிர்ந்துகொள்வது என்று ஆரம்பத்திலேயே கணவனிடம் தெளிவாகப் பேசிவிடுவது நல்லது. அதுபோலவே, வீட்டில் சமையல் மற்றும் பிற வேலைகளுக்கு உதவியாளரை வைத்துக்கொள்ளுங்கள். ஏனென்றால், குடும்ப வேலைகளைக் கணவனும் சமமாகப் பகிந்துகொள்ளும் நிலை இன்னும் வரவில்லை. அதுவரை, யதார்த்தத்தில் நமது சுமைகளை நாம்தான் புத்திசாலித்தனத்துடன் குறைத்துக்கொள்ளவேண்டும். உதவியாளருக்கு அளிக்கும் தொகை போக மீதியுள்ளதுதான் நமது ஊதியம் என்று மனதளவில் தெளிவாக்கிக்கொள்ளுங்கள், குடும்பத்தினருக்கும் புரிய வையுங்கள்.

மேலே சொன்னவை பெற்றோர் பார்த்து நடத்தி வைக்கும் 'ஏற்பாட்டுத் திருமண'ங்களுக்கு மிகப் பொருந்தும். காதல் திருமணங்களைப் பொருத்தவரை, பெரும்பாலான பிரச்னைகளைத் தவிர்க்க முடியும் என்றாலும், இதிலும் பெண்ணுக்கு வேலை என்பதை வலியுறுத்துவது மிக முக்கியம்.

வேலை என்பது தன்னம்பிக்கைக்கும் பொருளாதாரச் சுயசார்புக்கும் மட்டுமல்லை. ஒரு துறையைத் தேர்ந்தெடுத்து அதில் நமது அறிவையும் உழைப்பையும் செலுத்தி இந்தச் சமுதாயத்திற்குப் பங்களித்து, அடுத்த தலைமுறைக்கான மேம்பட்ட உலகத்தை உருவாக்கவும்தான். நாம் கல்வி கற்று, வீட்டைவிட்டு வெளியே சென்று வேலை செய்யும் உரிமையைப் பெறுவதற்கு, பல முன்னோடிப் பெண்கள் கடுமையாக உழைத்துள்ளனர். அவர்கள் உருவாக்கியிருக்கும் வரலாற்றுத் தடத்தில்தான் நாம் எளிதாக நடைபயில்கிறோம். இன்றும் வேலைக்குப் போக வேண்டுமா, வேண்டாமா என்று பேசிக்கொண்டிருப்பது சரியா? எப்போது கொள்கை வகுப்பாளர்களாக மாறப்போகிறோம்? அடுத்தடுத்த தலைமுறைப் பெண்கள் ஆனந்தமாக நடைபயில, பெண்ணுக்குத் தோழமையான சமுதாயத்தை எப்போது உருவாக்கப் போகிறோம்? யோசியுங்கள் தோழர்ஸ்.

# பெண்ணுக்கு உடற்பயிற்சி அவசியம்

பெண் குழந்தைகளும் பெண்களும் தங்கள் உடலை வலுப்படுத்திக்கொள்ளும் நோக்கத்துடன் உடற்பயிற்சி செய்கிறார்களா என்று கேட்டால் 90 சதவிகிதம் இல்லை என்றுதான் பதில் வருகிறது. இதற்கு விளையாட்டு வீராங்கனைகள் விதிவிலக்கு. அவர்களை விட்டுவிடுவோம். சராசரி சூழலில் வளரும், பிற எளிய பெண்களைப் பற்றித்தான் இங்கு பேசப்போகிறோம்.

பெண் குழந்தைகளிலிருந்து ஆரம்பிப்போம். சிறு வயதில் பெண் குழந்தையும் ஆண் குழந்தைக்குச் சமமாக ஓடியாடி விளையாடுகிறது. கிட்டத்தட்ட பத்து வயதுவரை பெண் குழந்தைக்கு எந்தத் தடையும் இருக்காது. பெரிய அளவில் விழுந்து அடிபடாத வரை அம்மாவும் அப்பாவும் குடும்பத்தினரும் ஒன்றும் சொல்லமாட்டார்கள். பத்து வயதுக்கு மேல் கொஞ்சம் கொஞ்சமாகக் கட்டுப்படுத்த ஆரம்பிப்பார்கள். ‘வளர்ற பொண்ணு, எங்கயாவது விழுந்து, கையில கால்ல அடிபட்டுட்டா, நாளைக்கு யார் கட்டுவா?’, ‘விளையாடும்போது, படாத இடத்துல பட்டுட்டா என்னாகிறது’ என்று ஆரம்பிக்கும் கட்டுப்பாடுகள், அவள் வயதுக்கு வந்தபின் உச்சகட்டத்தை எட்டும். ‘விளையாட்டெல்லாம் வேண்டாம், வீட்லயே பத்திரமா இரு’ என்று முடக்கிவைப்பார்கள். எல்லாக் கட்டுப்பாடுகளும் அவள் கல்யாணம் வரை அவள் உடலைக் குறைபாடில்லாமல் பாதுகாக்க வேண்டும் என்பதை நோக்கியே இருக்கும்.

அதே நேரத்தில், உடலை அழகுபடுத்திக்கொள்ள குடும்பத்தினர் ஊக்குவிப்பார்கள். பெண் வயதுக்கு வந்தபின் புருவத்தைத் திருத்திக்கொள்ள, ஃபேஷியல் செய்துகொள்ள பியூட்டி பார்லர் போகலாம். மூக்குக் குத்திக் கொள்ளலாம். முகத்திற்குப் பால் ஏடையும் கடலைமாவையும் அப்பிக்கொண்டு எப்படிப் பளபளப்பாக வைத்துக்கொள்ளலாம் என்று பாட்டி முதல் பக்கத்து வீட்டு அக்கா வரை ஆலோசனைகளை அள்ளி வழங்குவார்கள்.

வயதுக்கு வந்த பையன்களோ குரல் உடைந்து, மீசை முளைவிடும் நேரத்தில் கபடி, வாலிபால், ஃபுட் பால், கிரிக்கெட் விளையாடப் போவார்கள். ஊறவைத்த சுண்டலைத் தின்றுவிட்டு, ஜிம் போய் உடற்பயிற்சி செய்வார்கள். உடலை ஏற்றுவதில், வலுப்படுத்துவதில் ஆர்வமாக இருப்பார்கள். ஏனென்றால், உடலை வலிமையாக வைத்திருப்பதுதான் ஆண்களுக்கு அழகு என்று பொதுப் புத்தி வரையறுத்து வைத்திருக்கிறது. பெண்களுக்கோ வெள்ளைத்தோலும் (கறுப்பாக இருந்தால் சிகப்பழகு கிரீம்கள் தடவி சரிப்படுத்த வேண்டும்) நீளமான முடியும் ஒல்லியான உடலும்தான் அழகு என்று சொல்கிறது. உடலை வலிமையாக வைத்திருப்பது தேவையில்லை என்று ஒதுக்குகிறது. வயதுக்கு வந்தபின் பெண்கள் கபடி, வாலிபால், ஃபுட்பால், கிரிக்கெட் விளையாடப் போவது மிகமிகக் குறைவு. வயதுப் பெண் ஜிம் போவதும் அரிதுதான். அப்படிச் செல்பவர்களும் உடலை வலுப்படுத்த போகமாட்டார்கள். பெரும்பாலும் உடல் இளைக்கத்தான் போவார்கள். *(வயசுப்பெண் குண்டாக இருந்தால் மாப்பிள்ளைகள் தேடி வரமாட்டார்களே?)*

> பெண் தன் உடலை ஆரோக்கியமாக மட்டுமல்ல வலுவாகவும் வைத்திருப்பதும் அவசியம். தான் விரும்பும் வேலைகளைச் செய்வதற்கும் இந்த உலகில் தன் விருப்பம் போல் வாழ்வதற்குமான ஆயுதம்தான் இந்த உடல்.

'பெண் மெல்லிய உடலுடன் பலவீனமாகத்தான் இருப்பாள், எனவே, பாதுகாக்கப்பட வேண்டியவள். ஆண் தன் வலிமையால் அவளைப் பாதுகாக்க வேண்டும், அது அவன் பொறுப்பு' என்பது ஆணாதிக்கச் சமுதாயத்தின் எழுதப்படாத விதி.

இதன் வெளிப்பாடுதான் வெள்ளைத்தோலுடன், ஒல்லியாக, ஜீரோ-சைஸில் இருக்கும் பெண் 'மிஸ் மெட்ராஸாகத்' தேர்ந்தெடுக்கப்படுவதும், முறுக்கேறிய தசைகளும் நிமிர்ந்த தோள்களும் விரிந்த மார்பும் வலுவான உடலும் உள்ள ஆண் *(பயில்வான்)* 'மிஸ்டர் மெட்ராஸாகத்' தேர்ந்தெடுக்கப்படுவதும். பெண்கள் அழகியாகத் தேர்ந்தெடுக்கப்படுவதற்கு தோல் நிறமும் அங்க அளவுகளும் தலைமுடியும் மதிப்பிடப்படுகின்றன. ஆண்கள் அழகனாகத் தேர்ந்தெடுக்கப்படுவதற்கு, உடல் வலிமை மட்டுமே மதிப்பிடப்படுகிறது. அவனின் தோல் நிறமும் தலைமுடியும் *(இல்லாவிட்டாலும் பிரச்னையில்லை)* பொருட்டேயில்லை. தசைகள் எவ்வளவு முறுக்கேறி இருக்கின்றன, மார்பு எவ்வளவு விரிகிறது, கை கால்கள் வலுவாக இருக்கின்றனவா

என்பதெல்லாம்தான் முக்கியம். சுருக்கமாகச் சொன்னால், பெண்ணுக்கு உடல்வனப்பையும் ஆணுக்கு உடல்வலிமையையும் பொதுப் புத்தி வலியுறுத்துகிறது.

கல்யாணச் சந்தையின் தேவைக்காக, கல்யாணம் வரை ஒல்லியாக இருக்க பெண்கள் நிர்பந்திக்கப்படுகிறார்கள். அதற்குப் பிறகு கர்ப்பம், பிரசவம், குழந்தை வளர்ப்பு, வீட்டுவேலைகள், வேலைபார்க்கும் பெண்ணென்றால் அலுவலக வேலைகள் என்று அதிகரிக்கும் சுமைகளால் பெண்களுக்குத் தமது உடலைக் கவனிக்கவும், அதற்கு நேரம் ஒதுக்கவும் முடிவதில்லை. அதற்கு முன்னுரிமை தருவதும் இல்லை. உடல் எடை கூடிவிட்டால், அதைக் கிண்டலடிக்கவும் குறை சொல்லவும் ஆணாதிக்கச் சமுதாயம் தயங்குவதே இல்லை. எத்தனை வேலைப்பளு இருந்தாலும் பெண் கொடியிடையுடன், ஒட்டிய வயிறுடன், 'சிக்'கென்று அழகாக இருக்க வேண்டும் என்றுதான் சமுதாயம் எதிர்பார்க்கிறது. பெண் உடல் எதிர்கொள்ளும் சிசேரியன், கர்ப்பப்பை கட்டிகள், ஹார்மோன் குளறுபடிகள், தைராய்டு சுரப்பியில் குறைபாடு என்று எதைப் பற்றியும் பொதுப் புத்திக்குக் கவலையில்லை. 'என்ன இப்படி வெயிட் போட்டுட்டீங்க?', 'தொப்பை பெரிசா இருக்கே, குறைக்கக் கூடாதா?', 'உம் புருஷனுக்கு அக்கா மாதிரி இருக்கறே?' என்றெல்லாம் பெண்ணின் ஊதிய உடலை விமர்சிக்கிறார்களே, என்ன நோக்கமாக இருக்கும் என்று பார்த்தால், பெண் இளைத்து, ஒல்லியாக, பார்ப்பதற்கு அழகாக இருக்க வேண்டும் என்பதாகத்தான் இருக்கிறதே ஒழிய, அவள் ஆரோக்கியம் இரண்டாம்பட்சமாகத்தான் இருக்கிறது.

ஆரோக்கியத்தைப் பொருத்தவரை, உடலை நோயின்றி வைத்துக்கொள்ள, 'யோகா செய், வாக்கிங் போ' என்பதுதான் சமுதாயத்தின் அதிகபட்ச அட்வைஸாக இருக்கிறது. 'என் உடலை நான் வலுவாக வைத்திருக்க வேண்டும். தினமும் ஜிம் போகப் போகிறேன். ஷட்டில், டென்னிஸ் விளையாடப் போகிறேன். கிரவுண்டுக்குப் போய் வாலிபால் விளையாடப் போகிறேன். மாரத்தான் ஓடப்போகிறேன். மலையேறப் போகிறேன்' என்று, கல்யாணமாகி குழந்தைகள் இருக்கும் பெண் சொன்னால் எத்தனை குடும்பத்தில் அதை ஒப்புக்கொள்வார்கள்? பெரும்பாலான குடும்பங்களில் எதிர்ப்பு வரும். 'வீட்டு வேலையைப் பார்க்காம, குழந்தைகளை, புருஷனைக் கவனிக்காம இதெல்லாம் தேவையா?' என்று விமர்சிப்பார்கள். 'எல்லா வேலைகளையும் செய்து முடித்துவிட்டு விளையாடப் போகிறேன், ஓடப்போகிறேன்' என்றாலோ, 'இந்த வயசுல உனக்கு இது தேவையா?' என்பார்கள். முடிந்த வரை பெண்ணை வீட்டுக்குள்ளேயே வைத்திருக்க பெரும் முயற்சி செய்வார்கள்.

தோழர்களே, பெண் தன் உடலை ஆரோக்கியமாக மட்டுமல்ல... வலுவாக வைத்திருப்பதும் அவசியம். தான் விரும்பும் வேலைகளைச் செய்வதற்கும் இந்த உலகில் தன் விருப்பம் போல வாழ்வதற்குமான

ஆயுதம்தான் இந்த உடல். பெண்கள் உடலளவில் பலவீனமானவர்கள் என்பது ஆணாதிக்கத்தின் கற்பிதமே. முறையாகப் பயிற்சி செய்தால் அபார வலிமை கிடைக்கும் என்பதற்குப் பளுத்தூக்கும் வீராங்கனைகளே சாட்சி. உடல்வலிமை என்பது பெண்ணுக்கு அற்புதமான தற்சார்பு. வலிமையான உடல் 'எல்லாத்தையும் ஒருகை பாத்துடலாம்' என்கிற தன்னம்பிக்கையைத் தரும். தனது பாதுகாப்புக்காக மட்டுமல்ல, மொத்த வாழ்க்கையை ரசித்து வாழ்வதற்கும் இதுதான் அடித்தளம். உடலை வலுப்படுத்தும் முயற்சியில் ஈடுபடும்போது, பெண்கள் வீடு என்ற தளத்திலிருந்தும் உடல்ரீதியான தயக்கங்களைத் தகர்த்தும், பொதுவெளிக்குள் வருகிறார்கள். வரவேற்போம் நம் பெண்களை!

# தாய்மைதான் பெண்ணின் அடையாளமா?

காலங்காலமாகத் தாய்மையைக் கொண்டாடிக்கொண்டே இருக்கும் திரைப்படங்களில் முதன் முறையாகத் தாயாக மறுக்கும் ஒரு பெண்ணை நாயகியாகக் காட்டியிருக்கிறது 'சாராஸ்' மலையாளப் படம். தாய்மை என்பது அற்புதமான விஷயம், மனித இனம் பெருகுவதற்குத் தாய்மைதான் காரணம் என்பதில் யாருக்கும் மாற்றுக் கருத்து இல்லை. இந்தத் 'தாய்மை'யைப் புனிதப்படுத்தி, 'தாய்மை'யின் பெயரால் பெண்களைச் சுரண்டுவதில்தான் சிக்கல் இருக்கிறது.

தாய் என்பது பெண்ணின் நீண்ட வாழ்க்கையில் ஒரு ரோல் (role) மட்டுமே. விலங்கினங்களில் குட்டி போட்டு, பாலூட்டி, குட்டி தன் காலில் நிற்கும் வரைதான் தாய் கவனித்துக்கொள்ளும், அதற்குப் பிறகு அதனை விரட்டிவிட்டு தன் வாழ்க்கையை வாழ ஆரம்பித்துவிடும். பறவையினங்களிலும் முட்டையிட்டுக் குஞ்சு பொரித்து, குஞ்சு பறக்கும் நிலை வந்தவுடன் தாய்ப்பறவை அதனை துரத்திவிடும். மனித வாழ்க்கையில் மட்டும்தான், 'தாயாகும்' பெண் காலமெல்லாம் தாயாகவே சேவை செய்ய வேண்டியுள்ளது.

தாயான பெண், குழந்தைக்குப் பாலூட்டி, வளர்த்து, நேரத்துக்குத் தூங்கவைத்து, உணவூட்டி, படிக்கவைத்து, படிப்பு சொல்லிக் கொடுத்து, படித்துமுடித்து வேலை கிடைத்து, வேலைக்குப் போகும் போதும் மதிய சோறு கட்டிக் கொடுத்து, கல்யாணம் செய்து வைத்து... அப்பாடா, இப்பவாவது குழந்தைகளை அவர்கள் வாழ்க்கையைக் கவனிக்கச் செய்து தன் வாழ்க்கையை வாழ்கிறார்களா என்று பார்த்தால், அதுவும் இல்லை. மகளானால் பிரசவம், அவளையும் குழந்தையையும் கவனிப்பது, பின்பு பேரப்பிள்ளைகளை வளர்ப்பது - மகனானாலும் மருமகளுக்குப் பிரசவத்திற்குப் பின்பு பேரப்பிள்ளைகளை வளர்ப்பது - என்று டியூட்டி தொடர்கிறது. சில அம்மாக்கள், பேரப்பிள்ளைகளின் கல்யாணம், அவர்களின் குழந்தைகள்

என்று கவனித்துக்கொண்டே இருப்பார்கள். இந்த நிலையில் தன் வாழ்க்கையைப் பற்றிப் பெண்கள் யோசிப்பதே இல்லை. 'தன் வாழ்க்கையா? அப்படின்னா என்ன? குழந்தைகளையும் குடும்பத்தையும் கவனிப்பதுதானே வாழ்க்கை...' என்றுதான் சராசரிப் பெண்ணின் மனநிலை இருக்கிறது.

குழந்தைகளை, அவர்கள் வாழ்க்கையை வாழச் செய்துவிட்டு, தனக்கு விருப்பமான வேலை, பொழுதுபோக்கு, பயணம் எல்லாவற்றையும் வாழ (எளிமையாகச் சொல்வதானால் ஆண்கள் செய்வது போல) இந்த உலகத்தில் பிறக்கும் ஒவ்வொரு மனுசிக்கும் உரிமை இருக்கிறது. இந்த வாழ்க்கையை இணையருடனோ இணையர் இல்லாமலோ வாழலாம். ஆனால், பெரும்பான்மைப் பெண்கள் தாயானவுடன், ஆணாதிக்கச் சமுதாயம் தூக்கிவைக்கும் 'மாயக் கிரீட'த்தில் மயங்கி, தன் வாழ்க்கையே குழந்தைகளை வளர்ப்பதும், அவர்களுக்குக் காலமெல்லாம் சேவை செய்வதும்தான் என்று இருந்துவிடுகிறார்கள். தனக்கென்று உள்ள விருப்புவெறுப்புகளையெல்லாம் தூரப்போட்டுவிட்டு, இந்தச் சுழற்சியில் தன் சுயத்தைத் தொலைத்துவிடுகிறார்கள்.

மாறாக, குழந்தைகள் தம் வாழ்க்கையை அமைத்துக் கொண்டவுடன், தன் விருப்பங்களுக்கேற்ப வாழ முற்படும் பெண்ணை, அவ்வாறு வாழ இந்த ஆணாதிக்கச் சமுதாயத்தின் பொதுப் புத்தி எளிதில் அனுமதிப்பதில்லை. 'உன் மக, சின்னக் குழந்தைகளை வச்சுட்டுக் கஷ்டப்படுறா, அவளுக்கு ஒத்தாசையா இருக்கறதவிட்டுவிட்டு நீ இப்ப வேலைக்கு போயே ஆகணுமா?', 'உம் மகனும் மருமகளும் வேலைக்குப் போறப்ப, நீ அவங்ககூட இருந்து, பேரப்புள்ளைகளைப் பாத்துக்கறதுதானே நியாயம், உம் புருஷனோட சேர்ந்துட்டு ஊர் ஊரா டூர் போயிட்டு இருக்கே?', 'இந்த வயசுல மகங்கூடயோ, மககூடயோ இருக்காம, தனி வீட்டுல இருந்துட்டுக் கஷ்டப்படணுமா?' - இப்படியெல்லாம் வரும் விமர்சனங்கள், கடைசியில் 'நீயெல்லாம் ஒரு தாயா?' என்று தூற்றுவதில் முடியும்.

ஒரு பெண்ணைத் தாயாக்கிவிட்டால், அவளைக் காலமெல்லாம் சுரண்டலாம், குடும்ப அமைப்புக்கும் மதத்திற்கும்

*குழந்தைகளை, அவர்கள் வாழ்க்கையை வாழச் செய்துவிட்டு, தனக்கு விருப்பமான வேலை, பொழுதுபோக்கு, பயணம் எல்லாவற்றையும் வாழ ஒவ்வொரு மனுசிக்கும் உரிமை இருக்கிறது.*

ஜாதியக்கட்டமைப்புக்கும் பங்கம் வராமல் காப்பாற்றலாம் என்பதை ஆணாதிக்கச் சமுதாயம் தெளிவாகப் புரிந்து வைத்திருக்கிறது. அதனால்தான், தாய்மையை விரும்பாத பெண்களே இல்லை என்று பெண்களையும் ஆண்களையும் நம்ப வைத்திருக்கிறது. அப்படி இருக்கும் பெண்களையும் ஊடகங்களில் காட்ட மறுக்கிறது. அதை முன்னோடியாக எடுத்துக் கொண்டு 'தாயாக மாட்டேன்' என்று பெண்கள் மறுத்துவிட்டால் தன் நிலைமை திண்டாட்டமாகிவிடுமே என்று ஆணாதிக்கச் சமுதாயம் பயப்படுகிறது.

இது எல்லாம் தொடங்குவது பெண்ணின் கருப்பையில் இருந்துதான். அதனால்தான், அந்தக் கருப்பையை ஆணாதிக்கச் சமுதாயமும் குடும்பமும் மதங்களும் ஜாதிக்கட்டமைப்பும் அரசாங்கங்களும் கட்டுப்படுத்துகின்றன. தன் உடல்மீதான உரிமையையே பெண்ணுக்கு மறுத்து, அவளை, அவள் உடலை, கருப்பையைத் தம் சுயநலத்திற்காகப் பயன்படுத்திக்கொள்கின்றன.

இப்போது திரும்ப 'சாராஸ்' படத்திற்கே வருவோம். நாயகிக்குப் பெரியாரைப் பற்றியோ பெண்ணியம் பற்றியோ எதுவும் தெரியாது. ஆனால், இந்தத் 'தாய்மை'யும், அதன் பேரில் பெண்களைச் சுரண்டுவதும் அந்த இளம்பெண்ணின் மனதிற்குப் புரிந்திருக்கிறது. இந்த வேலைச்சுமையும் சமூக அழுத்தங்களும் அந்த எளிய பெண்ணைப் பயமுறுத்துகின்றன. 'எனிக்கி பிரசவிக்கண்டா' (நான் பிரசவிக்க மாட்டேன்) என்கிறாள். அதற்கு எந்தக் காரணமும் அவள் சொல்வதில்லை. இதுதான் இயல்பு.

ஓர் ஆண் முடிவெடுப்பதற்கு எந்தக் காரணத்தையும் பொதுச் சமுதாயம் கேட்பதில்லை. ஆனால், ஒரு பெண் இயல்பில் இல்லாத ஒரு விஷயத்தைச் செய்யும் போது, அதைத் திரையில் காட்ட ஊடகம் பயப்படுகிறது. அதற்குப் பல காரணங்களைக் காட்டி, 'இதனால்தான் இவள் இப்படி முடிவெடுக்கிறாள்' என்று இயக்குநர்கள் காலங்காலமாக நியாயப்படுத்தி வந்திருக்கிறார்கள். 'அவள் அப்படித்தான்' படத்தில் நாயகி வெளிப்படையாக, துணிச்சலாக, தனக்குச் சரியென்று பட்டதை - பெண் உரிமைகளைப் பேசும், 'திமிர்பிடித்தவளாக' இருப்பதற்குக் காரணம் அவள் அம்மா-அப்பாவின் மோசமான திருமண உறவு என்றும், 'ஓகே கண்மணி'யில் நாயகி திருமணத்தில் விருப்பமில்லாமல் லிவ்விங்-டுகெதரில் இருப்பதற்குக் காரணம் அவள் அம்மா, அன்பான அப்பாவைப் பிரிந்ததுதான் என்றும் 'நியாயப்'படுத்துகிறார்கள். எந்தக் காரணமும் எந்தத் தாக்கமும் இல்லாமல் பெண் தன் சுயசிந்தனையில் முடிவெடுப்பதை நம் திரைப்படங்கள் காட்டியதில்லை. அந்த வகையில் 'சாராஸ்' படத்தின் நாயகி முக்கியமானவள்.

தனக்குக் குழந்தை பெற விருப்பமில்லை என்று சொல்வதில் அவளுக்கு எந்தத் தயக்கமும் இல்லை. திருமணத்திற்குப் பிறகு, சாரா எதிர்பாராமல் கர்ப்பமடைகிறாள். குழந்தை பெற்றுக்கொள்ளச் சொல்லி குடும்பமும்

பின் கணவனும் வற்புறுத்தும்போதும் அவள் ஒப்புக்கொள்ளவில்லை. அழுத்தங்கள் கூடும்போது, 'என் முடிவை ஒப்புக்கொண்டுதானே திருமணம் செய்துகொண்டாய், இப்போது ஏன் நிர்பந்திக்கிறாய்?' என்று கணவனையும், 'இரண்டு குழந்தைகளைப் பெற்று வளர்த்தது அல்லாமல், உங்கள் வாழ்வில் வேறெதாவது செய்ய முடிந்ததா?' என்று மாமியாரையும் கேள்வி கேட்கிறாள்.

யாரும் அவளுக்கு உதவாதபோது, அறிவியல்தான் அவளுக்குக் கைகொடுக்கிறது. புரிதலுள்ள மருத்துவரின் விளக்கம்தான் அவளுக்கு உதவுகிறது. 'இது உன் உடல், முடிவு உன்னுடையது, சட்டரீதியாகக்கூட உன்னை யாரும் வற்புறுத்தமுடியாது' என்று எடுத்துரைக்கிறார். கணவன் புரிந்துகொள்கிறான். சாரா தன் கனவான, திரைப்பட இயக்கத்தில் கவனம் செலுத்தி வெற்றி பெறுகிறாள்.

இந்தப் படத்தில் எதிர்பாராத கர்ப்பத்தை எப்படி எதிர்கொள்ள வேண்டும்என்பதையும்மருத்துவர்மூலம் அழகாகவிளக்கிஇருக்கிறார்கள். 'நீங்கள் தயாராகாதபோது குழந்தை பெற்றுக்கொள்ளாதீர்கள், கலைத்துவிடலாம். மனதளவிலும் உடலளவிலும் பெண் தயாராகும் போதுதான் குழந்தையை நன்கு வளர்க்க முடியும்' என்ற மருத்துவரின் விளக்கம், கர்ப்பத்தைக் கலைப்பதில் ஏற்படும் குற்றவுணர்வை உடைக்கிறது.

'சாராஸ்' மிக முக்கியமான படம். குழந்தை பெற விருப்பமில்லை என்று சொல்லும் பெண்ணையும் ஓர் ஆண் விரும்புவான், கல்யாணம் செய்துகொள்வான், காதலுடன் வாழ்க்கை நடத்துவான்; அவள் பெற்றோர் மட்டுமல்ல, கணவனின் குடும்பமும் அவளை ஏற்றுக்கொள்ளும் என்று எடுத்துச் சொல்லியிருக்கும் படம் இது. அன்புத் தோழர்களே, குழந்தை பெற விரும்பாத பெண்ணையும் நாம் இயல்பாக ஏற்றுக்கொள்ளவேண்டும், அவள் முடிவை மதித்து, அவளை விமர்சிக்காமல், நிர்பந்திக்காமல் அன்பு செலுத்த வேண்டும். இந்தப் பெண்கள் நம்மைச் சுற்றித்தான் வாழ்கிறார்கள். அவர்கள் குரல் எழுப்பப் பயப்படுகிறார்கள், அவர்கள் தமது விருப்பத்தைச் சொல்வதற்கான நம்பிக்கையைத் தருவது நம் கையில்தான் உள்ளது.

# அரசியல் செய்வோம் வாங்க பெண்களே!

பெண்கள் அரசியலுக்கு வரவேண்டும். இதற்குத் தொடர்ந்து உரத்த குரல் எழுப்பிக்கொண்டே இருக்க வேண்டும். 'என்னோட வீட்டையும் குழந்தைகளையும் கணவனையும் குடும்பத்தையும் நல்லா பாத்துக்கிட்டா போதும். வீடு நல்லா இருந்தா நாடு நல்லா இருக்கும். தனியா அரசியலுக்குப் போய்ச் செய்ய என்ன இருக்கு?' என்பதுதான் பெரும்பாலான பெண்களின் டயலாக்காக இருக்கிறது. இதைப் பெண்களைவிட அதிகமாக, ஆண்களும் ஊடகங்களும் ஆணாதிக்கப் பொதுப் புத்தியும் சொல்லிக்கொண்டே இருக்கின்றன. ஏனென்றால் பெண்கள் அரசியலுக்கு வந்தால் வீட்டு வேலைகளை யார் செய்வது? குடும்பத்தை யார் கவனிப்பது? இதற்கெல்லாம் மேலாக அரசியல் தளத்தில் பெண்கள் செய்யும் மாற்றங்கள், பெண்களுக்குச் சாதகமாகவும் ஆண்களுக்குப் பாதகமாகவும் இருந்தால் என்ன செய்வது? இந்த அச்சத்தால், 'வீடு நன்றாக இருந்தால் நாடு நன்றாக இருக்கும். வீடு நன்றாக இருப்பது பெண்கள் கையில்தான் இருக்கிறது' என்கிற பாட்டையே காலங்காலமாக ஆணாதிக்கச் சமூகம் பாடிக்கொண்டிருக்கிறது. தொடர்ச்சியான மூளைச்சலவையால், பெரும்பான்மை பெண்களும் இதை ஒப்புக்கொள்கிறார்கள்.

நாடு என்பதன் அடையாளம் இங்கு என்னவாக இருக்கிறது? தாய்நாடு என்று பெண்பாலாக உருவகம் செய்யப்படும் நாட்டின் அடையாளமாக ஆண்கள்தாம் இருக்கிறார்கள். இங்குள்ள பெரும்பான்மை தலைவர்களும் கொள்கை வகுப்பாளர்களும் ஆண்களாகத்தானே இருக்கிறார்கள். அவர்கள் சிந்தனையும் செயல்பாடும் ஆண்மயமாகவே இருக்கிறது. ஆண்கள், பெண்கள் மீது அக்கறை கொண்டு சில பணிகளைச் செய்கிறார்கள் என்றே வைத்துக்கொள்வோம். ஆனால், பெண் மீது காட்டும் அக்கறை என்பது வேறு, பெண் பார்வை என்பது வேறு. சமுதாயத்தில் ஒரு விஷயத்தைப் பற்றி ஆணுக்கு ஒரு பார்வை

கீதா இளங்கோவன்

இருந்தால், பெண்ணுக்கு வேறொரு பார்வை இருக்கும். அதற்கேற்றவாறு இருவரின் செயல்பாடுகளும் மாறுபடும். சமுதாயத்தின், நாட்டின் ஆரோக்கியமான வளர்ச்சிக்கு இந்த இரண்டு பார்வைகளும் தேவை. மக்கள் தொகையின் சரிபாதியாக இருக்கும் பெண்களின் சமமான பங்கேற்பு இல்லாமல் எடுக்கும் முடிவுகள், எப்படி எல்லா நேரங்களிலும், பெண்களுக்குச் சாதகமானதாக இருக்க முடியும்? குறைந்தபட்சம், பெண்கள் தொடர்பான விஷயங்களிலாவது, முதலில் அவர்களை முடிவெடுக்கச் செய்ய வேண்டாமா? இதற்கு அரசியல் தளத்தில் பெண்கள் ஐம்பது சதவிகிதம் பங்களிக்க வேண்டும்.

உள்ளாட்சி அமைப்புகளில் பெண்களுக்கு 33 சதவிகிதம் இட ஒதுக்கீடு அளித்த 73வது அரசியலமைப்பு திருத்தச் சட்டம், 1992-க்குப் பிறகு நடைபெற்ற உள்ளாட்சித் தேர்தலில் அமலுக்கு வந்தது. தமிழ்நாட்டில் உள்ள கிட்டத்தட்ட பன்னிரண்டாயிரம் கிராமப் பஞ்சாயத்துகளில் சுமார் 4,000 பஞ்சாயத்துகளுக்குப் பெண்கள் தலைவர்களாகத் தேர்ந்தெடுக்கப்பட்டனர். அதிகம் வெளிச்சத்துக்கு வராத பல தலைவிகள் மிகச்சிறப்பாகப் பணியாற்றினர். ஆனால், அவர்களைப் பற்றி ஊடகங்களில் வந்த செய்திகளைவிட, பஞ்சாயத்துத் தலைவிகள் தமது குடும்பத்து ஆண்களின் கைப்பாவையாகச் செயல்படுவதாக வந்த செய்திகளே அதிகம்.

இதற்குப் பின்னால் இருப்பது, பெண் அதிகாரத்துக்கு வருவதை விரும்பாத ஆணாதிக்கப் பொதுப்புத்தியின் எதிர்ப்புணர்வே. அதே நேரத்தில், சில பஞ்சாயத்து தலைவிகள் குடும்பத்து ஆண்களின் ஆதிக்கத்திற்கு அடிபணிந்தார்கள் என்பதை மறுக்க முடியாது. வீட்டில் கூட தலைவியாக உரிமையளிக்கப்படாத எளிய பெண்கள், இடஒதுக்கீட்டின் காரணமாகப் பெண்ணுக்கு ஒதுக்கப்பட்ட பஞ்சாயத்துக்குத் தலைவியாகத் தேர்ந்தெடுக்கப்படும்போது, அவர்களுக்கு ஏற்படும் திணறலும் போதிய பயிற்சியின்மையும் சமுதாயத்தின் மறைமுக எதிர்ப்பும் சேர்ந்து குடும்பத்து ஆண்களின் ஆதிக்கத்திற்கு வழிவகுத்தது. (அவர்கள் திறமையான பஞ்சாயத்து தலைவிகளாகச் செயல்படுவதற்கு ஆதரவாக, அவர்களை ஆற்றுப்படுத்தி பயிற்சியளித்தது, காந்திகிராம்

*ஓரிரு அரசியல் ஆளுமைகளை வைத்து, 'பெண்கள் தலைமைப் பொறுப்புக்கு வந்தாலே பிரச்னைதான், அவர்களும் ஆணாதிக்கச் சிந்தனையுடன் செயல்படுகிறார்கள்' என்ற குற்றச்சாட்டைச் சிலர் முன்வைக்கிறார்கள்.*

பல்கலைக்கழகம் போன்ற ஒரு சில கல்வி நிறுவனங்களும் அமைப்புகளும் தாம். பெரும்பாலும் எதிர்ப்புதான் அதிகம்). சட்டமன்றத்திலும் நாடாளுமன்றத்திலும் பெண்களுக்கு 33 சதவிகித இட ஒதுக்கீட்டுக்காகப் போராடி வரும் நிலையில், 'உள்ளாட்சி அமைப்புகளில் தலைவிகளாக உள்ள பெண்கள் ஆண்களின் ஆதிக்கத்தில் உள்ளனர்' என்ற பொதுப்பார்வை சமுதாயத்தில் பதிந்துள்ளது வருத்தத்திற்குரியது. 'பார்த்தீர்களா, இதற்குத்தான் பெண்களுக்கு இட ஒதுக்கீடு கொடுக்கக் கூடாது, அவர்கள் தம் குடும்பத்து ஆண்களின் கைப்பாவையாக மாறிவிடுவார்கள்' என்ற தவறான பிரசாரத்தை ஆணாதிக்கப் பொதுப்புத்தியும் அவர்களின் ஊடகங்களும் செய்து வருகின்றன. இதை மாற்றுவதற்கு, சுயமாகச் செயல்படும் பெண் தலைவர்களின், அரசியல்வாதியாக உள்ள பெண்களின் செயல்பாடுகளையும் முன்னோடிப் பணிகளையும் உயர்த்திப் பிடிக்க வேண்டும். அனைவரும் அறியச் செய்ய வேண்டும்.

இத்தகைய பஞ்சாயத்துத் தலைவர்கள் சிலரைச் சந்தித்து அவர்கள் செய்த அருமையான பணிகளைப் பற்றி, 2005-ம் ஆண்டில் தொடர் கட்டுரை எழுதினேன். அப்போதுதான், தனது கிராமத்தின் வளர்ச்சி என்பதைப் பெண்கள் எப்படிப் பார்க்கிறார்கள் என்பதை அறிந்துகொண்டேன். ஒரு பெண் தலைவர் 'எங்க கிராமத்துல பொண்ணுங்க வேலைக்குப் போய்ச் சம்பாரிக்கணும்னா, அவங்க குழந்தைகளை யாராச்சும் பொறுப்பா பாத்துக்கணும், அதுக்கு பால்வாடி, அங்கன்வாடி மையம் வேணும்னு அதிகாரிகளைப் பார்த்து, கொண்டு வந்தேன். பொண்ணுங்க தண்ணிக்காக கஷ்டப்படறாங்கன்னு ஊர் முழுக்கக் குழாய் போட்டு, தெருவுக்குத் தெரு தண்ணி வரமாதிரி பண்ணினேன். எங்க ஊர் பொண்ணுங்க வெளியூர் போயிட்டு வந்து இறங்குனாங்கன்னா, பஸ் ஸ்டாண்ட்டுல கக்கூஸ் வேணும். கட்டிக் குடுத்தோம். ஆரம்ப சுகாதார நிலையத்துக்கு எல்லா வசதிகளும் செய்யணும்னு கலெக்டரைப் பார்த்தேன்' என்று சொல்லிக்கொண்டே போனார்.

இன்னொரு பெண் தலைவர், 'எங்க ஊர்ல இருக்குற சின்னக் குழந்தைகள் படிக்க பள்ளிக்கூடம், வெளியூர் போய்ப் படிக்க பஸ் வசதி கொண்டுவந்தேன்' என்றார். இந்தத் தலைவர்கள், தமது கிராமத்தைத் தம் வீட்டின் நீட்சியாகத்தான் பார்க்கிறார்கள். அதற்கேற்றவாறு பணிசெய்கிறார்கள். பஞ்சாயத்துத் தலைவராக இருக்கும் ஆண்களிடம் கேட்டால், 'ரோடு போட்டேன், மேம்பாலம் கட்டினேன்' என்று வளர்ச்சிப் பணிகளைக் கோடிக் கணக்கான ரூபாய் மதிப்பில் அடுக்குவார்கள். ஆனால், பெண் தலைவர்கள் தம்மைப் போன்ற சக பெண்களின் சிரமங்களைப் பார்த்து, அவற்றைத் தீர்க்கும் எண்ணத்துடன் பணிபுரிகிறார்கள். இந்தத் தோழமைப் பார்வை மிக முக்கியம். அதே போல் வளர்ச்சிப் பணிகளை மதிப்பிடும்போது, ஆண்

தலைவர்கள் செய்யும் பணிகளையும் அவற்றின் செலவுத் தொகையையும் அளவுகோல்களாகக் கொண்டு பெண் தலைவர்களின் பணிகளை மதிப்பிடுகிறார்கள். இது சரியல்ல. ஆணின் வளர்ச்சி அளவுகோல் வேறு. பெண் கருதும் வளர்ச்சி அளவுகோல் வேறு.

கிராமப் பஞ்சாயத்து முதல் நாட்டின் தலைமைப் பொறுப்பு வரை அனைத்து அரசியல் தளங்களுக்கும் பெண்கள் வருவதற்கு ஊக்கமளிக்க வேண்டும். ஓரிரு அரசியல் ஆளுமைகளை வைத்து, 'பெண்கள் தலைமைப் பொறுப்புக்கு வந்தாலே பிரச்னைதான், அவர்களும் ஆணாதிக்கச் சிந்தனையுடன் செயல்படுகிறார்கள்' என்ற குற்றச்சாட்டைச் சிலர் முன்வைக்கிறார்கள். இதில் உண்மையில்லாமல் இல்லை. போட்டிகள் நிறைந்த அரசியல் அரங்கில், பெண்ணியம் பேசினால் தோற்றுவிடுவோமோ என்ற பயத்தில் அவர்கள் செயல்படுகிறார்கள்; அவர்களின் செயல்பாடு நியாயமில்லை என்றாலும் ஓரிருவரை மட்டுமே வைத்து ஒட்டுமொத்தமாக எல்லாப் பெண்களையும் எடைபோடக் கூடாது. சொல்லப்போனால், எல்லாத் தலைமைப் பொறுப்புகளிலும் பாதியைப் பெண்களிடம் கொடுத்துவிட்டுத்தான், அவர்களின் செயல்பாடுகளை மதிப்பிட வேண்டும்.

ஒரு நாட்டின் நிலைமையை நிர்ணயிப்பது ஆண்கள் முன்னெடுக்கும் அரசியல்தான். இதில் பெண்களுக்கு எந்தப் பங்கும் இல்லாதது மட்டுமல்ல, அவர்களின் அரசியலால் அதிகம் பாதிக்கப்படுவதும் பெண்கள்தாம். இன்று ஆப்கானிஸ்தானில் அதிகம் பாதிக்கப்பட்டிருப்பவர்கள் பெண்கள்தாம். ஒரே நாளில் வேலை போய், கல்வி மறுக்கப்பட்டு, வீட்டுக்குள் முடக்கப்பட்டு எதிர்காலமே இருண்டுவிட்டது. என்ன கொடுமை இது!

தோழர்களே, அரசியலுக்கு வரும் பெண்களுக்கு ஊக்கமளிப்போம். நம்மைச் சுற்றியிருக்கும் பெண்கள் படிக்கவும் வேலைக்குப் போகவும் ஆதரவு தருவது எத்தனை இயல்பானதோ அதே போல அவர்கள் அரசியலுக்குப் போவதையும் இயல்பாக்க வேண்டும். அரசியல் அரங்கில் ஐம்பது சதவிகிதம் பெண்கள் இருந்தால்தான், அடுத்த தலைமுறை பெண்களுக்குத் தோழமையான சமுதாயத்தைக் கட்டமைக்க முடியும். பெண்களின் சமூகப் பங்களிப்பால் ஆண்களின் சுமையும் குறையும்.

# பெண்களை வாழ விடுங்கள்

'வாட்வில் பீபுள் சே' (What Will People Say) என்ற நார்வீஜியன் மொழிப் படத்தைப் பார்த்தேன். மனதைத் தொந்தரவு செய்த படம். கதை நிஷா என்ற 16 வயதுப் பெண்ணைச் சுற்றிப் பின்னப்பட்டுள்ளது. பாகிஸ்தானைச் சேர்ந்த இஸ்லாமியரான மிர்ஸா, தனது மனைவி, கல்லூரியில் படிக்கும் மகன், மகள் நிஷாவுடன் நார்வே நாட்டின் ஓஸ்லோ நகரத்தில் வாழ்கிறார். அங்கு கடை வைத்திருக்கிறார்.

வீட்டில் கட்டுப்பாடுகள் நிறைந்த பழமைவாத குடும்பச் சூழலுக்கு ஏற்ப அடக்கஒடுக்கமான பெண்ணாக இருக்கும் நிஷா, பள்ளியிலும் நண்பர்கள் வட்டாரத்திலும் கலகலப்பான, துடிப்பு மிக்க இளம் பெண்ணாக வலம் வருகிறாள். பாஸ்கெட் பால், விளையாட்டு, பார்ட்டிகள், ட்ரிங்க்ஸ் என்று நார்வே நாட்டுக் கலாசாரத்தில் மகிழ்ச்சியாக வாழ்கிறாள். அந்த வயதுக்கே உரிய குறும்புத்தனத்துடன் தன் பாய்ஃப்ரெண்ட் மைக்கேலை, சுவரேறிக் குதித்து ஜன்னல் வழியாகத் தனது அறைக்கு வரச்செய்கிறாள். இருவரும் பேசிக்கொண்டிருக்கும் போது, அவன் செல்போன் அடிக்கும் ஓசை கேட்டு நிஷாவின் தந்தையிடம் இருவரும் பிடிபடுகின்றனர். அவர் இருவரையும் அடித்துத் துவைக்க, அவர்கள் அலறும் ஓசை கேட்டு அண்டை வீட்டார் புகார் செய்ய, அந்த நாட்டு சைல்ட் கேர் அமைப்பிடம் இருவரும் ஒப்படைக்கப்படுகிறார்கள்.

'நிஷாவும் மைக்கேலும் உடல் உறவு வைத்துக்கொண்டவர்கள். நிஷாவை வீட்டுக்கு அழைத்துக்கொள்ள வேண்டுமென்றால், அவள் மைக்கேலைத் திருமணம் செய்துகொள்ள வேண்டும்' என்று நிபந்தனை விதிக்கிறார் மிர்ஸா. 'நாங்கள் உடலுறவு வைத்துக்கொள்ளவில்லை' என்று நிஷா மறுக்க, அதை நம்பாமல் தன் நிலைப்பாட்டில் பிடிவாதமாக

கீதா இளங்கோவன்

இருக்கிறார் அவள் தந்தை. 'நான் தப்பு செய்துட்டேன். என் குடும்பத்துக்கு என்னால் அவமானம்' என்று நிஷா குற்றவுணர்வுடன் சொல்ல, 'நீ எந்தத் தவறும் செய்யல' என்று சைல்டு கேர் அமைப்பில் அவளுக்கு கவுன்சிலிங் தருகிறார்கள். அவள் அம்மா ஒரு நாள் போன் செய்து, 'நீ வீட்டுக்கு வா, வழக்கம் போல் இருக்கலாம்' என்று அழைக்க, நிஷா சைல்டு கேர் அமைப்பிலிருந்து கிளம்புகிறாள்.

நிஷாவை அவள் தந்தையும் அண்ணனும் வந்து காரில் அழைத்துப் போகிறார்கள். வீட்டுக்குப் போகாமல் கார் ஏர்போர்ட் செல்கிறது. அங்கு அவள் தந்தை மிர்ஸா, அவளைக் கட்டாயப்படுத்தி பாகிஸ்தானுக்கு விமானத்தில் அழைத்துச் செல்கிறார். பாகிஸ்தானில் உள்ள தனது அம்மா, சகோதரி குடும்பத்தில் அவளை விட்டுவிட்டு நார்வே திரும்புகிறார். 'இது உன் நல்லதுக்குத்தான்' என்று திரும்பத் திரும்பச் சொல்கிறார். விருப்பமே இல்லாமல், மன உளைச்சலுடன் அங்கு தங்கியிருக்கும் நிஷா, எப்படியாவது அங்கிருந்து தப்பிவிடத் தவிக்கிறாள்.

> ஆணாதிக்கச் சமுதாயத்தின் அழுத்தங்களுக்குப் பலிகடாவாகும் பெற்றோர், 'நாலு பேர் என் பெண்ணைப் பற்றி என்ன சொல்வார்கள்' என்று பயந்து, மகளை, அவள் சுதந்திரத்தைக் கட்டுப்படுத்து கிறார்கள்.

அத்தை அசந்த நேரத்தில் இன்டர்நெட் சென்டருக்குப் போய் ஃபேஸ்புக்கில் தன் தோழிக்குத் தகவல் அனுப்புகிறாள் நிஷா. அதற்குள் அத்தை பார்த்துவிட, வீட்டில் அடி உதை கிடைக்கிறது. மாமா அவள் பாஸ்போர்ட்டை எரித்துவிட, கையறு நிலையில் அந்தச் சூழலுக்குக் கொஞ்சம் கொஞ்சமாகப் பழகுகிறாள். சமையல் கற்றுக்கொள்கிறாள். வீட்டு வேலை செய்கிறாள். மதரசா பள்ளியில் படிக்கிறாள். எல்லாவற்றையும் இயந்திரத்தனமாகச் செய்கிறாள். ஒட்டுதல் இல்லாத உறவுகளுக்கு நடுவே, அத்தை பையன் காட்டும் அன்பால் இருவருக்குமிடையே ஈர்ப்பு உருவாகிறது. நிஷா வாழ்க்கையில் மகிழ்ச்சி கொஞ்சம் எட்டிப்பார்க்கிறது.

ஓரிரவு அத்தை பையன் நிஷாவை வெளியே கூட்டிச் சென்று, இருண்ட தெருமுனையில் முத்தமிடுகிறான். அங்கு வரும் போலீஸ்காரர்களிடம் இருவரும் மாட்டிக்கொள்கின்றனர். நிஷாவை உடையைக் கழற்றச் சொல்லி, தடுக்கும் அந்தப் பையனை அடித்து உதைத்து, இருவரையும் அவமானப்படுத்தி, அவர்களை வீடியோ எடுக்கின்றனர். பிறகு அவர்களின் வீட்டுக்கு கூட்டிப் போய், 'வெட்கம் கெட்ட பெண் இவள், இவர்கள் செய்த காரியத்தைப் பாருங்கள்'

என்று வீடியோவைக் காட்டி, இருபதாயிரம் ரூபாய் தராவிட்டால் இந்த வீடியோவை ஆன்லைனில் போட்டு விடுவோம் என்று மிரட்ட, மாமா பணம் தருகிறார்.

நிஷாவின் அத்தை அவள் அப்பாவுக்கு போன் செய்து, '24 மணி நேரத்தில் இங்கு வந்து உன் பெண்ணை அழைத்துப் போய்விடு' என்று சொல்ல, அப்பா வருகிறார். 'உன் பெண் என் பையனை மயக்கி செக்ஸ் வைத்துக்கொண்டாள்' என்று அத்தை தூற்ற, 'இல்லை, நாங்க முத்தமிட்டதோட சரி' என்று நிஷா அழுகிறாள். நிஷாவின் அப்பா, 'நடந்தது நடந்துருச்சு, உங்க பையனுக்கு என் பெண்ணைக் கல்யாணம் செய்து வச்சிரலாம்' எனக் கேட்க அவர்களும் பையனும் மறுத்துவிடுகின்றனர்.

நிஷாவை கூட்டிக்கொண்டு கிளம்பும் அப்பா, வழியில் மலை உச்சியில் அவளை நிறுத்தி, 'நீ குதித்து செத்துப் போயிரு, நான் நிம்மதியா இருப்பேன்' என்று வெறுப்பைக் கக்குகிறார். உடைந்து போய் அழுகிறாள் நிஷா. ஒரு வழியாக இருவரும் நார்வே வந்துசேர்கின்றனர். பழைய தோழிகளுடன் பேசக் கூடாது, வேறு ஸ்கூல், அப்பாவுடன்தான் செல்லவேண்டும் என்று ஏகப்பட்ட கட்டுப்பாடுகள் வீட்டில். அம்மா உள்பட குடும்பமே பாராமுகம் காட்ட, எந்த அரவணைப்பும் இல்லாமல் தனிமைப்படுத்தப்படுகிறாள். சைல்டு கேர் அமைப்பு, அவள் பாகிஸ்தானில் இருக்கும்போது தோழிக்கு அனுப்பிய மெஸேஜை வைத்து, நிஷாவின் குடும்பத்தையும் அவளையும் விசாரிக்கிறது. 'ஒரு கோபத்தில் அப்படி அனுப்பிவிட்டேன், என் குடும்பத்தினர் மீது தவறில்லை' என்று பொய்யாக விளக்கம் அளித்து, குடும்பத்தைக் காப்பாற்றுகிறாள் நிஷா.

சில நாட்களுக்குப் பிறகு, அம்மா அவளுக்கு வரன் பார்க்க, அவள் படிப்பை நிறுத்திவிட்டு டாக்டர் பையனைக் கல்யாணம் செய்துகொண்டு கனடா போக வேண்டும் என்று குடும்பம் தீர்மானிக்கிறது. யாரும் நிஷாவின் விருப்பத்தைக் கேட்கவில்லை. 'அவள் கல்யாணத்திற்குப் பிறகு படிக்கலாம், வேலைக்குப் போகலாம்தானே' என்று நிஷாவின் அப்பா கேட்க, வருங்கால மாமியார், 'ஒண்ணும் வேணாம், அவள் வீட்டைப் பாத்துக்கிட்டு, குழந்தைகளைப் பெத்து வளர்த்தால் போதும்' என்று கறாராகச் சொல்லிவிடுகிறார். எல்லோரும் போன பிறகு, அன்றிரவு நிஷா வீட்டை விட்டு ஓடிப்போகிறாள். சாலையில் போகும் அவளை ஜன்னலில் இருந்து அவள் அப்பா பார்க்கிறார், கண்கள் கசிய. ஆனால், தடுக்கவில்லை.

இந்தப் படத்தை இயக்கியிருப்பவர் இராம் ஹக் *(Iram Haq)* என்ற பெண் இயக்குனர். இது அவரின் சொந்தக் கதை. 14 வயதில் தனது தந்தையால் பாகிஸ்தானுக்குக் கடத்தப்பட்டு, எல்லா இடர்பாடுகளையும் எதிர்கொண்டு, மீண்டு, நார்வேயில்

நடிகையாகவும் திரைக்கதையாசிரியராகவும் இயக்குநராகவும் தற்போது பரிணமித்திருக்கிறார்.

ஒரு பெண் குழந்தை, ஆணாதிக்கச் சமுதாயம் விதித்திருக்கும் கட்டுப்பாடுகளிலிருந்து நூலிழை பிசகினால்கூட, கல்வியும் அவள் வாழ்க்கையும் எப்படியெல்லாம் பந்தாடப்படுகிறது என்பதை 'வாட்வில் பீபுள் சே' தெளிவாகச் சித்தரிக்கிறது. இந்தப் படம் இந்தியச் சமுதாயத்திற்கும் அப்படியே பொருந்திப் போகிறது.

ஆணாதிக்கச் சமுதாயத்தின் அழுத்தங்களுக்குப் பலிகடாவாகும் பெற்றோர், 'நாலு பேர் என் பெண்ணைப் பற்றி என்ன சொல்வார்கள்' என்று பயந்து, மகளை, அவள் சுதந்திரத்தைக் கட்டுப்படுத்துகிறார்கள். பெண் குழந்தையைப் பொருத்தவரை, பெற்றோருக்கு அவள் கல்வி பெறவேண்டும் என்பதோ வேலைக்குப் போய் தற்சார்புடன் இருக்கவேண்டும் என்பதோ அவள் விருப்பத்திற்குக் கல்யாணம் செய்துகொள்ளவேண்டும் என்பதோ... எதுவுமே முக்கியமில்லை. பொதுப் புத்தி வரையறுத்திருக்கும் so called 'ஒழுக்கத்துடன்' அவள் இருக்கிறாளா என்பதுதான் மிக முக்கியம். இதில் சிறு சிக்கல் வந்தால்கூட, முதலில் அவள் கல்வி நிறுத்தப்படும், அவளின் நியாயமான விருப்பங்களுக்கெல்லாம் தடைவிதிக்கப்படும், எல்லாவற்றையும் நிறுத்திவிட்டு அவசர அவசரமாக மாப்பிள்ளை பார்த்து அடுத்த முகூர்த்தத்தில் கல்யாணம் பண்ணி வைத்துவிடுவார்கள். இதில் அந்தப் பெண்ணின் விருப்பத்திற்கு எந்த இடமும் இல்லை.

அன்புத் தோழர்களே, உங்கள் மகளை அன்பாக வளர்த்தால் மட்டும் போதாது, அவளுடன் மனம் விட்டுப் பேசுங்கள். அவள் உலகைப் புரிந்துகொள்ளுங்கள். அவளுக்கு என்ன பிடிக்கிறது, அவளது விருப்பங்கள், முன்னுரிமைகள் என்ன என்று தெரிந்துகொள்ளுங்கள். முடிந்தால், அவள் ஆற்றல் மிக்க ஆளுமையாக வளர துணை நில்லுங்கள். அவள் எண்ணங்கள் உங்கள் விருப்பங்களுடன் இணைந்து போக வில்லையா, ஒரு பிரச்னையுமில்லை, ஒதுங்கிக்கொள்ளுங்கள். அவள் வாழ்க்கையை அவள் வாழட்டும். அதை விட்டுவிட்டு, வன்முறையால் அவளை ஒடுக்கி, கட்டுப்படுத்துவது அப்பட்டமான மனித உரிமை மீறல். ஒருபோதும் அதைச் செய்யாதீர்கள். உங்கள் மகளாக மட்டுமே வாழ அவர்கள் பிறப்பெடுத்து வரவில்லை. அவர்களை முழு மனுஷிகளாக வாழவிடுங்கள். அவர்கள் நம் பெண்கள்!

# உங்களுக்கு நட்பு வட்டம் இருக்கிறதா?

பெரும்பான்மையான பெண்களுக்குத் தோழமை வட்டம் ஏன் இல்லாமல் போகிறது? சின்ன வயதில் ஆண், பெண் வித்தியாசமில்லாமல் விளையாடுவதும், சேர்ந்து படிப்பதுமாக இருக்கும் பெண் குழந்தைகளுக்கு, வயதுக்கு வந்தவுடன், சக தோழர்களுடன் இயல்பாகப் பழகுவதற்கும் விளையாடுவதற்கும் தடை விதிக்கப்படுகிறது. 'ஆம்பளப் புள்ளையோட அப்படி என்ன பேச்சு?', 'அவனுகளோட இனி விளையாடாதே', 'இன்னும் நீ சின்னக் குழந்தை கிடையாது. ஒரு பொண்ணா பொறுப்பா நடந்துக்கோ' என்றெல்லாம் குடும்பமும் சுற்றியிருப்பவர்களும் அறிவுரைகளை அள்ளி வழங்குவார்கள். பல பள்ளிகளில், சில கல்லூரிகளிலும்கூடப் பெண் குழந்தைகளையும் ஆண் குழந்தைகளையும் தனித்தனியே உட்கார வைத்து, ஒருவரோடு ஒருவர் பேசக் கூடாது என்றும், பேசினால் 'ஃபைன்' கட்டச் சொல்லியும் நிர்பந்திக்கிறார்கள். பேசினால் எங்கே இருவரும் காதலித்து விடுவார்களோ என்ற பயமின்றி வேறென்ன காரணம் இதற்கு இருக்க முடியும்? இதற்குப் பலிகடாவாவது பெண்ணுக்கும் ஆணுக்குமான இயல்பான நட்பு.

அட, ஆண்களைக்கூட விடுங்கள், கல்லூரிப் பருவம், வேலை பார்க்கும் பருவம் வரை தன்னுடைய தோழிகளுடன் நட்பைக் கொண்டாடும் பெண்களால் கல்யாணத்திற்குப் பிறகு நட்பைத் தொடர முடிவதில்லையே, ஏன்? பெண்ணானவள், தோழிகளான தன் சக பெண்களுடன் நட்பைத் தொடர முடியாத அளவிற்குக் குடும்ப அமைப்பும் ஆணாதிக்கச் சமுதாயமும் அவர்களை இறுக்கி வைத்திருக்கின்றன.

'கல்யாணமாகிவிட்டதா, இனி கணவனும் குடும்பமும்தான் முக்கியம், அதற்குப் பிறகுதான் எல்லாம்' என்பது பொதுப் புத்தியின் எழுதப்படாத விதியாக இருக்கிறது. இந்த 'அதற்குப் பிறகு' என்பது

கீதா இளங்கோவன்

மிகப்பெரிய பொறி (*trap*). எப்போது இந்த 'அதற்குப் பிறகு' முடியும் என்று யாருக்கும் தெரியாது. கல்யாணத்திற்குப் பிறகு கர்ப்பம், பிரசவம், குழந்தைகள், அவர்களை வளர்ப்பது, கணவன், மாமனார், மாமியார் மற்றும் சுற்றத்தாரைக் கவனிப்பது, அவர்களுக்கான வேலைகள்... வேலைக்குப் போகும் பெண்ணாக இருந்தால் தன்னுடைய அலுவலகப் பணிச்சுமை... இப்படிச் சுழன்றுகொண்டே இருக்கும் பெண்ணுக்கு தன் நட்பை நினைப்பதற்குக்கூட நேரம் இருக்காது.

நேரத்தைவிட, 'தன் நட்புக்கு நேரம் ஒதுக்குவது, குடும்பத்திற்குத் தரும் முக்கியத்துவத்தைக் குறைப்பதாகும்' என்ற தவறான கற்பிதத்தையும், அதனால் பெண்களுக்கு ஒரு குற்றவுணர்வையும் ஏற்படுத்தி வைத்திருக்கிறது இந்த ஆணாதிக்கச் சமுதாயம். இதற்கு ஆட்பட்டு, பெண்கள் தமது தோழமை வட்டத்தை சுருக்கிக்கொண்டே போகிறார்கள். ஒருகட்டத்தில் அது இல்லாமலே போய்விடுகிறது. 'என் தோழிகளை எங்கே தொலைத்தேன்?' என்று புரியாமல் திண்டாடுகிறார்கள். தன் பிரச்னைகளைப் பகிர்ந்துகொள்ள நம்பிக்கைக்குரியவர்கள் இல்லாமல் தவிக்கிறார்கள்.

பெரும்பாலான ஆண்கள் - முற்போக்கானவர்கள், புரிதல் உள்ள இணையர் உள்பட - தன் மனைவி, தான் அருகில் இருக்கும்போது சந்தோஷமாக இருப்பாள், தான் அருகில் இல்லாத நேரங்களில் சோகமாக இருப்பார் என்று நினைக் கிறார்கள்.

பெண்களுக்குத் தோழிகள் வட்டம் மிகவும் தேவை. ஆணாதிக்கச் சமுதாயம் ஒரு பெண்ணாக அவளிடம் கொண்டுள்ள எதிர்பார்ப்புகள் மிக மிக அதிகம். இதை யதார்த்தத்தில் அவளால் செய்து முடிக்க முடியாது என்பதுதான் உண்மை. இதனால், குடும்பத்திலும் சுற்றுவட்டாரத்திலும் பொதுவெளியிலும் அவள் எதிர்கொள்ளும் விமர்சனங்களும் குற்றச்சாட்டுகளும் சீண்டல்களும் அவளைச் சோர்ந்து போகச் செய்கின்றன. தன்னுடைய மனக்குமுறல்களை, உணர்வுகளை, பிரச்னைகளை யாரிடமாவது சொல்லி ஆற்றிக்கொள்ள பெண்ணுக்கு ஒரு வடிகால் தேவை.

'என்னுடைய பிரச்னைகளைச் சொன்னால் அது வெளியே போகாது' என்ற நம்பகத்தன்மை நெருங்கிய தோழிகள் வட்டத்தில்தான் கிடைக்கும். என்னதான் புரிந்துகொள்ளும் இணையரும் குடும்பமும் இருந்தாலும் சில விஷயங்களைத் தோழிகளிடம்தாம் பகிர்ந்துகொள்ள முடியும். பெண்ணுக்கு அது

தரும் ஆசுவாசம் அளப்பரியது. மனநலமும் ஆரோக்கியமாக இருக்கும். 'எனக்கு மட்டும்தான் இந்தப் பிரச்னை, எனக்கு மட்டும்தான் இந்தக் கஷ்டம்' என்று வருந்தும் மனம், 'அட எனக்கும்தாம்பா இருக்கு' என்று சக தோழி பகிர்ந்துகொள்ளும் போது, 'ஓ, நான் தனியா இல்ல. இவங்களுக்கும் தான் இருக்கு. அப்போ, இது ரொம்பப் பெரிய பிரச்னை ஒண்ணும் இல்ல' என்று ஆறுதலடையும்.

மன உணர்வுகளையும் பிரச்னைகளையும் பகிர்ந்துகொள்ள மட்டுமல்ல, தனது மகிழ்ச்சியைப் பகிர்ந்துகொள்ளவும் பெண்ணுக்குத் தோழிகள் வட்டம் வேண்டும். வீட்டில் மருமகளாக, மனைவியாக, அம்மாவாக, அக்காவாக, மகளாக, அண்ணியாக, தங்கையாக இருக்கும் பெண் தன் தோழிகளுடன் இருக்கும்போது மட்டும்தான் சகமனுசியாக இருக்கிறாள். எந்த ரோலையும் (role) எடுத்துக்கொள்ளாமல், எந்த முகமூடியையும் அணிந்துகொள்ளாமல் அவள் அவளாக இருக்கிறாள். தோழமைவெளியில் அவள் சுதந்திரமாக இருக்கிறாள். மனதில்படுவதைப் பேசி, சிரித்து, கலாய்த்து, விளையாடி, இயல்பாக இருக்கிறாள். இந்தத் தருணங்கள் அற்புதமானவை. ஒவ்வொரு பெண்ணும் அதனை அனுபவித்துப் பார்க்க வேண்டும். 'நீங்கள் நீங்களாக இருக்கும்' கொண்டாட்டமான நேரங்கள் அவை!

பெரும்பாலான ஆண்கள் - முற்போக்கானவர்கள், புரிதல் உள்ள இணையர் உள்பட - தன் மனைவி, தான் அருகில் இருக்கும்போது சந்தோஷமாக இருப்பாள், தான் அருகில் இல்லாத நேரங்களில் சோகமாக இருப்பார் என்று நினைக்கிறார்கள்; அதாவது தன் மனைவியின் சந்தோஷம் தன் அருகாமைதான் என்று எண்ணிக்கொண்டிருக்கிறார்கள். இது உண்மையல்ல. தான் அருகில் இல்லாத நேரங்களிலும், அதாவது தன் மனைவி தோழிகளுடன் உரையாடிக்கொண்டிருக்கும் போதும், அவர்களுடன் பயணம்போகும் போதும் சந்தோஷமாகத்தான் இருக்கிறாள் என்ற யதார்த்தத்தை அவர்களால் ஏற்றுக்கொள்ள முடியவில்லை. அன்புத் தோழர்களே, நீங்கள் அன்பானவர்கள்தாம், உங்களுடன் இருக்கும்போது உங்கள் இணையர் சந்தோஷமாகத்தான் இருக்கிறார். ஆனால், உங்கள் இணையருக்கு அவர்களின் நட்பு வட்டத்துடன் இருக்கும் நேரமும் தேவைப்படுகிறது. அது தோழமைகள் தரும் மகிழ்ச்சி. அதுவும் பெண்ணுக்குத் தேவை. அதனால் உங்கள் மீது அன்பு குறைகிறது என்று பொருளல்ல. இதைப் புரிந்துகொள்ளுங்கள்.

இப்போது தோழிகளுக்கு வருவோம். தோழியரே, உங்கள் தோழிகள் வட்டத்துடன் தொடர்ந்து தொடர்பில் இருக்கிறீர்களா, அவர்களுடன் தொலைபேசியிலாவது உரையாடுகிறீர்களா, சந்திக்கிறீர்களா என்று உங்களை நீங்களே கேட்டுக்கொள்ளுங்கள். பெரிய சந்திப்புக்கூட்டம் என்றெல்லாம் இல்லாவிட்டாலும், உள்ளூர் தோழிகள் என்றால் மாலையில் டீ சாப்பிட சந்திப்பது, சேர்ந்து ஷாப்பிங் போவது, திரைப்படத்துக்குப் போவது என்று சின்னச் சின்னதாகத்

கீதா இளங்கோவன் 75

திட்டமிடலாம். வெளியூர் தோழிகள் என்றால் இரண்டு மாதங்கள், மூன்று மாதங்களுக்கு ஒருமுறை என்று ஒருநாள் சந்திப்பாகத் திட்டமிடலாம். தோழிகள் அனைவரும் சேர்ந்து இரண்டு, மூன்று நாள் பயணம் போகலாம். 'இதுவரை இல்லாம இப்ப என்ன புதுசா?' என்ற கேள்விகள் குடும்பத்தினரிடமிருந்து வரத்தான் செய்யும். முடிந்தால் புரிய வையுங்கள். இல்லாவிட்டால் கடந்து போங்கள்.

'இதுவரை தோழிகளே எனக்கு இல்லையே, நான் என்ன செய்யுறது?' என்கிற பல தோழிகளின் மைண்ட்வாய்ஸ் கேட்கிறது. உங்கள் தோழமை வட்டத்தை உருவாக்குங்கள். இதற்கு உழைக்க வேண்டும். ஆம், இது மிகப்பெரிய வேலைதான். ஆனால், முடியாதது இல்லை. அக்கம்பக்கம் இருக்கும் பெண்கள், பணியிடத்தில், பயணத்தில் அறிமுகமானோர், முகநூல் தோழிகள் என்று சுற்றிலும் உற்றுக் கவனித்து உங்களுக்கு ஏற்றவர்கள், உங்கள் மீது அன்பு செலுத்துகிறவர்களைத் தேடிக் கண்டுபிடியுங்கள். இணையான சிந்தனையுடையவர்களுடன் நட்பாக இருப்பது மகிழ்ச்சியானது. ஆனால், எல்லா நேரமும் அப்படி அமையுமாவென்று சொல்ல முடியாது. ரொம்ப ஆராய்ந்துகொண்டிருக்காமல், நம் மீது அன்பு செலுத்துகிறார்களா, நம்பிக்கையானவர்களா என்று பார்த்து உரையாடத் தொடங்கலாம். காலப்போக்கில், அந்த நட்பு எப்படியானது என்று நீங்களே உணர்வீர்கள்; தேவைப்பட்டால் தவிர்ப்பீர்கள் அல்லது தொடர்வீர்கள். நட்பைப் பொருத்தவரை, அன்பு செலுத்துவதும் விட்டுக்கொடுப்பதும் புரிந்துகொள்வதும் முக்கியமானது.

'உங்கள் துணையிடம் இருக்கும் குறைகளைப் பொருட்படுத்தாதீர்கள், யார் கண்டது, அந்தக் குறைகள் இல்லாவிட்டால் அவருக்கு உங்களைவிடச் சிறந்த துணை கிடைத்திருக்கலாம்' என்ற கூற்று, இணையருக்கு மட்டுமல்ல, தோழமைகளுக்கும் பொருந்தக்கூடியது. நட்பில் ஏற்றத் தாழ்வுகள் இருக்கத்தான் செய்யும். எல்லோரும் மனிதர்கள்தாமே. இவர்கள் இப்படித்தான் என்று சட்டகத்துக்குள் யாரையும் அடைக்காமல், முன்முடிவுகள் (*judging*) இல்லாமல் அதே நேரத்தில், நமக்கான எல்லைகளையும் (*boundaries*) வரையறுத்து, அன்பு செய்தால், ஏகப்பட்ட தோழிகள் கிடைப்பார்கள்.

வாழ்தல் இனிது. நட்பு வட்டத்துடன் வாழ்தல் இன்னும் இனிது தோழிகளே!

# இன்றும் பெண்களுக்குப் பெரியார் தேவைப்படுகிறார்!

**ஆ**ம், இன்றைக்கும் பெண்களுக்குத் தந்தைப் பெரியாரும் அவரின் கருத்துகளும் தேவைப்படுகின்றன. பெரியாரைப் போல, தன் காலத்தை மீறி தீர்க்கதரிசனத்துடன் பெண்ணுரிமைக் கருத்துகளைத் தெளிவாகப் பேசியவர்கள் தமிழ்நாட்டில் யாரும் இல்லை. 80 ஆண்டுகளுக்கு முன்பு, பெண் அடிமைத்தனத்தைப் பற்றியும் அதிலிருந்து விடுபடுவது பற்றியும் அவர் கூறிய கருத்துகள், அவர் பிறந்து 143 ஆண்டுகளுக்குப் பிறகும் பொருத்தமாக இருக்கின்றன. இந்த 80 ஆண்டு காலமாகப் பெண்கள் நிலையில் எவ்வளவோ முன்னேற்றங்கள் இருந்தாலும் அடிப்படையான பெண்ணடிமைத்தன கருத்தாக்கங்கள் அப்படியேதான் இருக்கின்றன என்பது கசப்பான உண்மை.

பெரியாரின் 'பெண் ஏன் அடிமையானாள்?' நூலில் அவர் தெரிவித்துள்ள கருத்துகள் பெண்ணடிமைத்தனத்தின் அடிப்படையைச் சுருக்கமாக,தெளிவாகஎடுத்துரைக்கின்றன.ஆணாதிக்கத்தின் ஆணிவேர் வரை சென்று, அவர் ஆராய்ந்திருக்கிறார். பெண்ணின் விடுதலைக்கு எதிரானவற்றைக் கடுமையாக விமர்சித்து, நிராகரித்திருக்கிறார்.

பெரியார் குறிப்பிட்ட 'கற்பு' என்ற கருத்தாக்கம் இன்றுவரை மாறவில்லை. இந்தக் 'கற்பு' என்ற சொல்லை நேரடியாக நாம் பயன்படுத்தாவிட்டாலும், பொதுப் புத்தியில் இது ஆழமாகப் பதிந்திருக்கிறது. 'கற்பு' என்ற 'ஒழுக்க அளவுகோல்' ஏன் ஆணுக்கு இல்லை என்று சாடிய பெரியார், அதைப் பெண்ணுக்கு மட்டுமே பயன்படுத்தியதைச் சுட்டிக்காட்டினார். இந்தக் கருத்தாக்கத்தைப் பல்வேறு வழிமுறைகளில் எல்லா மதங்களும் தூக்கிப்பிடிக்கின்றன. இதை எளிய மக்களிடம் பதிய வைக்க புராணங்களும் இதிகாசங்களும் காப்பியங்களும் கட்டுக்கதைகளும் பயன்படுத்தப்படுகின்றன. 'கற்புக்கரசி' கதைகளும் கண்ணகி சிலையும் இன்றும் கொண்டாடப்படுகின்றன.

'கற்பு' என்பது பெண்ணின் உடல் சார்ந்த தூய்மை என்றும்,

கீதா இளங்கோவன் 77

அதை இழந்துவிட்டால் அவள் உயிர் வாழக் கூடாது என்றும் மிகத் தவறாக மூளைச்சலவை செய்யும் மதங்களும் அவற்றை மக்களிடம் கொண்டு சேர்க்கும் ஊடகங்களும் இன்றைக்கும் பெண்களுக்குத் தொடர்ந்து அநீதி இழைக்கின்றன. இதனால் நமது பெண்கள் - அடுத்த தலைமுறைப் பெண்கள் உள்பட - அடையும் மன உளைச்சல் சொல்லில் அடங்காது. இந்த 'ஒழுக்க' கேள்விகளுக்குப் பதில் சொல்வதிலும், 'நிரூபிப்பதிலும்', 'கடந்து போக எத்தனிப்பதிலுமே' பெண்ணின் ஆயுள் முடிந்துவிடுகிறது. தம் கட்டுப்பாட்டில் உள்ள பெண்களை 'கற்போடு' கட்டிக்காப்பதில் குறியாக இருக்கும் ஆணாதிக்கச் சமுதாயத்தில், அடுத்த பெண்களை வன்புணர்வு செய்வது அன்றாடம் நடந்துகொண்டுதான் இருக்கிறது.

> 'உண்மையான பெண் விடுதலைக்கு பிள்ளை பெறும் தொல்லை அடியோடு ஒழிந்து போக வேண்டும்' என்று பெரியார் சொன்னதை பெரியார் கர்ப்பப்பையை எடுத்துவிடச் சொன்னதாகச் சிலர் தவறாகப் புரிந்துகொண்டு விமர்சிக் கிறார்கள்.

காதலைப் பற்றிப் பெரியாரின் கருத்துகள் மிக யதார்த்தமாக, புரட்சிகரமாக இருக்கின்றன. 'அன்பு, ஆசை, நட்பு என்பனவற்றின் பொருளைத் தவிர, வேறு பொருளைக் கொண்டதென்று சொல்லும்படியான காதல் என்னும் ஒரு தனித்தன்மை, ஆண்-பெண் சம்பந்தத்தில் இல்லை' என்று அழுத்தமாக எடுத்துரைக்கிறார். 'உலகத்தில் காதலென்பதாக ஒரு வார்த்தையைச் சொல்லி, அதனுள் ஏதோ பிரமாதமான தன்மையொன்று தனிமையாக இருப்பதாகக் கற்பித்து மக்களுக்குள் புகுத்தி அநாவசியமாக ஆண்-பெண் கூட்டு வாழ்க்கையின் பயனை மங்கச் செய்து, காதலுக்காக என்று இன்பமில்லாமல், திருப்தியில்லாமல், தொல்லைப்படுத்தப்பட்டு வரப்படுவதை ஒழிக்க வேண்டும்' என்று கூறுவது பிரமிக்க வைக்கிறது. 'ஓர் ஆணின் அல்லது ஒரு பெண்ணின் அன்பு, ஆசை, காதல், காமம், நட்பு, நேசம், மோகம், விரகம் முதலியவற்றைப் பற்றி மற்றொரு பெண்ணோ ஆணோ மற்றும் மூன்றாமவர்கள் யாராயினும் பேசுவதற்கோ நிர்ணயிப்பதற்கோ நிர்பந்திப்பதற்கோ சிறிதுகூட உரிமையே கிடையாது' என்று ஆணித்தரமாக உரைக்கிறார்.

காதலால் பெண்ணுக்கு ஏற்படும் நிர்பந்தங்களுடன் பொருத்திப் பார்த்தால் இந்தக் கூற்றின் உண்மை புரியும். காதல் என்ற பெயரால், பெண்ணின் சுதந்திரத்தைப் பறிப்பதும், அவள் மீது ஆதிக்கம் செலுத்துவதும், அவளின் அடிப்படை உரிமைகளை மீறுவதும் இன்றும்

நடக்கின்றன. மறுபுறம், தன் மேல் விருப்பம் இல்லாத பெண்ணைக் காதல் என்ற பெயரில் கட்டாயப்படுத்துவதும், மறுக்கும் பெண் மீதும் 'ஆசிட்' வீசுவதும், கொலை செய்யும் வன்மமும் நடந்து கொண்டுதான் இருக்கின்றன.

கல்யாணத்தைப் பற்றிப் பெரியார் இவ்வாறு கூறுகிறார்: 'நமது கல்யாணத் தத்துவம் எல்லாம் சுருக்கமாகப் பார்த்தால், பெண்களை ஆண்கள் அடிமையாகக்கொள்வது என்பதைத் தவிர, வேறு ஒன்றுமே அதில் இல்லை. அவ்வடிமைத்தனத்தை மறைத்துப் பெண்களை ஏமாற்றுவதற்கே சடங்கு முதலியவை செய்யப்படுவதோடு அவ்விதக் கல்யாணத்திற்குத் தெய்வீகக் கல்யாணம் என்பதாக ஓர் அர்த்தமற்ற போலிப் பெயரையும் கொடுத்துப் பெண்களை வஞ்சிக்கின்றோம்.'

இன்றும் இந்த நிலை மாறவில்லை. வரதட்சணைக் கொடுமையும் குடும்ப வன்முறை வழக்குகளும் பெரியாரின் கருத்தை மெய்ப்பிக்கின்றன. பெண்ணை அடிமையாகக் கருதி தானமாக அளிக்கும் சடங்குகளும், அவளின் சுயமரியாதைக்கு இழுக்கான மந்திரங்களும், அவள் கீழ்ப்படிதலுடன் நடக்க வேண்டும் என்னும் உறுதிமொழியும், அவள் தன்னை முழுவதும் போர்த்திக்கொண்டு கணவன் முகத்தைக்கூடப் பார்க்காமல் மணந்துகொள்ளும் முறையும், மதங்களின் பெண்ணடிமைத்தனத்தை இன்றும் பறைசாற்றுகின்றன. இவை எதுவும் இந்தத் தலைமுறைப் பெண் மாண்புடன் வாழ வழி செய்யவில்லை.

'கல்யாண விடுதலை' என்று விவாகரத்து பற்றியும் பெரியார் பேசுகிறார். மனைவிக்கும் கணவனுக்கும் சரி வரவில்லை என்றால் இருவரும் பிரிந்துவிடுவதற்கு விவாகரத்து சட்டங்களைக் கொண்டு வரவேண்டும் என்று சொல்கிறார். இன்று விவாகரத்து சட்டங்கள் இருந்தாலும், கல்யாணத்திற்கு 'தெய்வீக' அந்தஸ்து தரப்பட்டிருப்பதாலேயே, பிறர் என்ன சொல்லுவார்களோ என்று பயந்துகொண்டு, படித்த பெண்கள்கூட, அடித்து உதைத்து கொடுமைப்படுத்தும் கணவனைச் சகித்துக்கொண்டு வாழ்கிறார்கள். சிலர் கொல்லம் விஸ்மயா போல உயிரையே இழக்கிறார்கள். விவாகரத்து செய்ய நினைக்கும் பெண்ணை, குடும்பமும் சுற்றியிருப்போரும் சமுதாயமும் 'உன் பெற்றோரை எண்ணிப் பார்த்தாயா? குழந்தையை நினைத்துப் பார்த்தாயா? அது அப்பா இல்லாமல் எவ்வளவு கஷ்டப்படும்' என்று வேறு பிளாக்மெயில் செய்கிறார்கள். படித்த, வேலையில் இருக்கும் பெண்ணுக்கே விவாகரத்து, பல நெருக்கடிகளையும் மன உளைச்சலையும் ஏற்படுத்தும்போது வேலையில்லாத பெண்ணின் நிலை இன்னும் மோசமாகத்தான் இருக்கிறது. விவாகரத்து பல பெண்களுக்கு எளிதான காரியமாக இல்லை, இந்த 2022ஆம் ஆண்டிலும்கூட.

விவாகரத்து செய்துகொண்ட பெண்ணோ ஆணோ தன் விருப்பத்திற்கேற்ப மறுமணம் செய்துகொள்ள வேண்டும் என்றும்

பெரியார் கூறுகிறார். கணவனை இழந்த பெண்கள் மறுமணம் செய்துகொள்ள வேண்டும் என்று பிரகடனம் செய்யும் அவர், குழந்தைத் திருமணங்களால் பருவமடையாமலே 'விதவைகளாகும்' குழந்தைகளின் கொடுமையான நிலை பற்றிச் சோகத்துடன் விவரிக்கிறார். குழந்தைத் திருமணங்களை நாம் இன்னும் முழுமையாக ஒழிக்கவில்லை என்பதையும் கணவனை இழந்த பெண்ணுக்கு மறுமணம் செய்வது இன்றும் கடினமான செயல் என்பதையும் நினைவுபடுத்துகிறேன்.

'சாதாரணமாகவே கற்பு, விபச்சாரம் என்னும் வார்த்தைகள் சுதந்திரமும் சமத்துவமும் கொண்ட வாழ்க்கைக்குச் சிறிதும் தேவை இல்லாததேயாகும்.இவ்விரண்டுவார்த்தைகளின்தத்துவங்களும்பெண்கள் மீதுமாத்திரம்சுமத்தப்பட்டு ஆண்களின்மீதுசுமத்தப்படாமலும், ஆண்கள் அதற்காகப் பயப்படவோ அவமானப்படவோ கட்டுப்பட்டிருக்கவோ இல்லாமல் இருப்பதும், அதைப் பற்றி லட்சியம் செய்யாமையுமே ஆகும்' என்ற பெரியாரின் கூற்றின்படிதான் இன்றைக்கும் ஆணாதிக்கப் பொதுப் புத்தி இயங்குகிறது.

'பெண் அடிமை என்பதற்கு உள்ள காரணங்கள் பலவற்றில் சொத்துரிமை இல்லாதது என்பதே மிகவும் முக்கியமான காரணம் என்பது நமது அபிப்பிராயம். ஆதலால், பெண்கள் தாராளமாகவும் துணிவுடனும் முன்வந்து சொத்துரிமைக் கிளர்ச்சி செய்ய வேண்டியது மிகவும் அவசியமும் அவசரமான காரியமுமாகும்' என்று பெரியார் சொல்லி கிட்டத்தட்ட 80 ஆண்டுகளுக்குப் பின்பும், இந்தியாவில் 12.8% பெண்கள் பெயரில் மட்டுமே சொத்து இருக்கிறது.

'கர்ப்பத்தடையின் அவசியத்தைப்பற்றிநாம்கருதும்காரணங்களுக்கும் மற்றவர்கள் கருதும் காரணங்களுக்கும் அடிப்படையான வித்தியாசமிருக்கிறது. அதாவது பெண்கள் விடுதலையடையவும், சுயேச்சை பெறவும் கர்ப்பத்தடை அவசியமென்று நாம் கூறுகிறோம். மற்றவர்கள், பெண்கள் உடல் நலத்தை உத்தேசித்தும், நாட்டின் பொருளாதார நிலையை உத்தேசித்தும், குடும்பச் சொத்துக்கு அதிகம் பங்கு ஏற்பட்டுக் குறைந்தும், குலைந்தும் போகாமல் இருக்க வேண்டுமென்பதை உத்தேசித்தும் கர்ப்பத்தடை அவசியமென்று கருதுகிறார்கள்' எவ்வளவு தெளிவான கருத்து! பெண்களின் மீது எவ்வளவு அன்பு இருந்தால் பெரியார் இவ்வாறு சிந்திருப்பார்!

'உண்மையான பெண் விடுதலைக்கு பிள்ளை பெறும் தொல்லை அடியோடு ஒழிந்து போக வேண்டும்' என்று பெரியார் சொன்னதை, பெரியார் கர்ப்பப்பையை எடுத்துவிடச் சொன்னதாகச் சிலர் தவறாகப் புரிந்துகொண்டு விமர்சிக்கிறார்கள். 'நீ என்ன முறையைப் பின்பற்றினாலும் சரி, பிள்ளை பெற்றுக்கொள்ளாதே, அப்போதுதான் முழுவிடுதலை சாத்தியம்' என்பதுதான் அவர் சொன்னதன் பொருள். பெண்ணானவள், குழந்தை பெற்றுக்கொண்டு வாழ்வதற்கு ஆணைச் சார்ந்திருக்க வேண்டியதாயிருக்கிறது. ஆணுக்கு 'குழந்தை பெறும் வசதி'

இல்லாததால் பெண்ணைச் சார்ந்திருக்க வேண்டியதில்லை.

ஆக, பெண் இல்லாமல் ஆணால் வாழ முடியும், 'குழந்தை வேண்டும்' என்று விரும்பும் பெண்ணால் ஆணில்லாமல் அது சாத்தியமில்லை. இங்குதான் ஆணின் 'ஆண்மை' என்ற கற்பிதத்திற்கு உருவம் அளிக்கப்படுகிறது. 'பார்த்தியா, நான் இல்லாமல் உனக்குக் குழந்தை கிடைக்காது' என்ற ஆணவத்தில் பெண் ஆட்டுவிக்கப்படுகிறாள், அடிமைப்படுத்தப்படுகிறாள். இதைத்தான் அவர் குறிப்பிட்டார். அது மட்டுமல்ல, ஜாதிப்பெருமை, மதப்பெருமை, இனப்பெருமை, குடும்ப கௌரவம், ஊர் கௌரவம், நாட்டுக் கௌரவம் என்று எல்லா வெற்றுப் பெருமைகளும் பெண்ணின் கர்ப்பப்பையில்தான் குடியிருக்கின்றன. அந்த கர்ப்பப்பையின் கதவை அடைத்துவிட்டால், ஆணாதிக்கச் சமுதாயத்தால் ஒன்றும் செய்ய முடியாது. எல்லாப் 'பெருமை'களையும் ஏறக் கட்டிவிடலாம்.

இன்றும் பெண் உடல் மீது அவளுக்கு உரிமையில்லை, அதற்குக் குடும்பமும் ஜாதியும் மதமும் ஆணாதிக்கச் சமுதாயமும் அரசாங்கங்களும்தாம் உரிமை கொண்டாடுகின்றன. இதற்கு முக்கியக் காரணம் கர்ப்பப்பைதான். 'நான் குழந்தை பெற்றுக்கொள்ள மாட்டேன்' என்று ஒரு பெண் முடிவு செய்துவிட்டால், அவள் உடல்மீது யாராலும் உரிமை கோர முடியாது. இதையும் கருத்தில் கொண்டுதான் பெரியார், 'குழந்தை பெற்றுக்கொள்ளாதே' என்றார். 'அப்படியென்றால் மனித இனம் விருத்தியாகாதே, அழிந்துவிடுமே' என்ற கேள்வி வந்தபோது, 'அதைப் பற்றிப் பெண்ணுக்குக் கவலையில்லை. இன்றைய பெண்ணைப் பற்றியும் அவளது கொடுமையான நிலை பற்றியும் நீ கவலைப்படாத போது, மனித இனத்தைப் பற்றிப் பெண் ஏன் கவலைப்பட வேண்டும்?' என்று பதிலளித்தார். என்ன தெளிவு, பெண் மீது பேரன்பும் பெருங்கருணையும் கொண்டவர்களாலேயே இப்படிச் சிந்திக்க முடியும்.

அன்புத் தோழிகளே, உங்கள் நிலையைப் பற்றி இந்த ஆணாதிக்கச் சமுதாயத்தைப் பற்றிப் புரிந்துகொள்ள பெரியாரின் எழுத்தையும் கருத்துகளையும் படியுங்கள். 'ஏன் ஆண் இப்படி நடந்துகொள்கிறான்? ஏன் பெண் அடிமைத்தனத்துடன் இருக்கிறாள்? இருவரின் நிலையில் மதங்களின் பங்கு என்ன? எப்படி அவை ஆதிக்கம் செலுத்துகின்றன? ஏன் ஜாதிவெறி தலைவிரித்தாடுகிறது? இவற்றுக்குப் பின் உள்ள அரசியல் என்ன? எல்லாவற்றையும் புரிந்துகொள்ள முடியும். பின் செயல்பாட்டில் இறங்க முடியும். நமது அடுத்த தலைமுறைப் பெண் குழந்தைகளுக்கும் ஆண் குழந்தைகளுக்கும் பெரியாரைப் பற்றிச் சொல்லிக் கொடுப்போம். புரிதலுள்ள, ஆரோக்கியமான, சமத்துவமான சமுதாயத்தை முன்னெடுப்போம்.

# த மோஸ்ட் ஹேட்டட் உமன் இன் அமெரிக்கா

'அமெரிக்க நாட்டில் அதிகம் வெறுக்கப்படும் பெண்மணி' என்று முத்திரை குத்தப்பட்டவர் மேடலின் முர்ரே ஓ'ஹேர் (Madalyn Murray O'Hair). ஆனால், இவரை மனிதகுலத்தின் மீது பேரன்பும் பெருங்கருணையும் கொண்டவராகத்தான் நான் பார்க்கிறேன்.

இவர் அமெரிக்க நாத்திகர்கள் அமைப்பை நிறுவியர். 'த மோஸ்ட் ஹேட்டட் உமன் இன் அமெரிக்கா' (The Most Hated Woman in America) திரைப்படம் மேடலினின் வாழ்க்கையைத் தழுவி எடுக்கப்பட்டது. தீவிர மத நம்பிக்கையுள்ள கிறிஸ்தவ குடும்பத்தில், 1919-ம் ஆண்டில் பிறந்தவர் மேடலின். முதல் இணையருக்குப் பிறந்த மகன் பில், இரண்டாவது இணையர் மூலம் பிறந்த குழந்தை ஜான் கார்த்துடன், பால்டிமோரில் பெற்றோருடன் வசிக்கிறார். மேடலினுக்குக் கடவுள் நம்பிக்கையில்லை. அதனால் அவர் அப்பாவுடன் முட்டலும் மோதலுமாக இருக்கிறார். மேடலினின் பகுத்தறிவுக் கொள்கையால் ஈர்க்கப்பட்ட மகன் பில், 'நீ மற்றவர்களைப் பற்றி புகார் சொல்லிக்கொண்டே இருக்கிறாய், செயலில் இறங்குவதில்லை' என்று குறை சொல்ல, மகனுடன் சென்று நிறவெறிக்கு எதிரான போராட்டத்தில் கலந்துகொள்கிறார். சமத்துவத்திற்காகக் குரல் கொடுக்கிறார்.

மகன் பில் படிக்கும் பள்ளியில் பிரார்த்தனையிலும் பைபிள் வாசிப்பிலும் மாணவர்கள் கட்டாயம் கலந்துகொள்ள வேண்டும் என்ற நிலை இருந்தது. தனக்குக் கடவுள் நம்பிக்கை இல்லை, இதிலிருந்து விலக்கு அளிக்க வேண்டும் என்று பில் கூற, பள்ளி மறுக்கிறது. மேடலின், மகன் பில் சார்பில், அரசுப் பள்ளிகளில் கட்டாயப் பிரார்த்தனையை நீக்க வேண்டும் என்று வழக்கு தொடுக்கிறார். கட்டாயப் பிரார்த்தனை என்பது அமெரிக்க அரசியல் சாசனத்தின் முதல் திருத்த சட்டத்திற்கு எதிரானது என்று வாதிடுகிறார். 1963-ம் ஆண்டில் அமெரிக்க உச்ச நீதிமன்றம் அவரின் வாதத்தை ஏற்றுக்கொண்டு,

பொதுப் பள்ளிகளில் கட்டாயப் பிரார்த்தனைக்கும் பைபிள் வாசிப்பிற்கும் தடை விதிக்கிறது. மேடலினுக்கு எதிர்ப்பு வலுக்கிறது. அவர் செல்லும் இடமெல்லாம் அவதூறுக்கும் தாக்குதலுக்கும் ஆளாகிறார். அவரின் வீட்டையும் தாக்குகிறார்கள். அதே நேரத்தில் பகுத்தறிவாளர்கள் பலரிடமிருந்து ஆதரவும் கிடைக்கிறது. அமெரிக்க நாத்திகர்கள் அமைப்பைத் தொடங்குகிறார். அதன் தலைவராகத் தனது பகுத்தறிவுப் பணிகளை முனைப்புடன் செய்கிறார்.

மேடலினின் கொள்கை மிகத் தெளிவானது. 'மதம் என்பது ஒருவரின் தனிப்பட்ட விஷயம். அதில் நாங்கள் தலையிடவில்லை. ஆனால், அரசு சார்ந்த பணிகளில், அலுவலகங்களில், நிறுவனங்களில் மதத்தின் தலையீடு இருக்கக் கூடாது. ஏனென்றால், அமெரிக்கா மதச்சார்பற்ற நாடு என்று அரசியல் அமைப்புச் சட்டத்தில் கூறப்பட்டுள்ளது. அரசு, கிறிஸ்தவ மதத்தைத் தூக்கிப்பிடிப்பதையோ தேவாலயங்களுக்கும் கிறிஸ்தவ அமைப்புகளுக்கும் நிதி உதவி செய்வதையோ அனுமதிக்க முடியாது' என்று கூறிய மேடலின், அரசாங்கத்தையும் மதத்தையும் பிரிக்க வேண்டும் என்று தன் வாழ்நாள் முழுக்கப் போராடினார். இதற்காகப் பல வழக்குகளைத் தொடுத்தார். வெள்ளை மாளிகையில் நடக்கும் வழிபாட்டுக் கூட்டங்கள், அமெரிக்க கரன்ஸியில் 'நாம் நம்பும் கடவுளின் பெயரால்' என்ற சொற்றொடரைச் சேர்த்தது, அமெரிக்க விண்வெளி வீரர்கள் விண்வெளிக்குச் செல்லும் முன்பு பைபிளை வாசிக்கச் செய்வது உள்ளிட்ட பல்வேறு விஷயங்களுக்கு எதிராக வழக்குகள் தொடுத்து, போராடினார். தேவாலயங்கள், கிறிஸ்தவ மத அமைப்புகளுக்கு, அரசு பல்வேறு வரிவிலக்குகள் அளிப்பதையும் எதிர்த்தார். இதனால் பொதுமக்களின் வரிப்பணம் வீணாவதைச் சுட்டிக் காட்டினார்.

நாத்திகர்களின் உரிமைகளுக்காக மேடலின் தொடர்ந்து குரல் கொடுத்து வந்தார். 'உங்களுக்கு மதத்தை நம்புவதற்கு உரிமை இருக்கிறது என்றால் எங்களுக்கு மதத்தை நம்பாமல் சுயமரியாதையுடன் வாழ்வதற்கு உரிமை இருக்கிறது' என்று ஆணித்தரமாக உரைத்த மேடலின் மீது பலமுறை தாக்குதல் நடத்தப்பட்டு, மருத்துவமனைகளில் சிகிச்சை பெற்றிருக்கிறார். 'கொன்று விடுவோம்' என்ற மிரட்டல்கள் தினமும் வந்தவண்ணம் இருந்தன.

தீவிர பெண்ணியவாதியான அவர், 'மதம் எப்படிப் பெண்ணுக்கு எதிராக இருக்கிறது; பெண்ணை இழிவாக நடத்துகிறது' என்று எடுத்துரைத்தார். மதம் என்பதே ஆண்மையமானது, அங்கு பெண்ணுக்கோ அவள் உரிமைகளுக்கோ இடமில்லை என்று சுட்டிக்காட்டினார். பல நூல்களை எழுதிய மேடலின், 1979-ம் ஆண்டில் பெண்களும் நாத்திகமும் என்ற தலைப்பிலேயே ஒரு நூலை எழுதினார்.

இவரின் கருத்துகளை ஆதரித்து இவரைப் பலர் பின்பற்றினர். அமெரிக்க நாத்திகர்கள் அமைப்புக்கு நிறைய நிதி சேர்ந்தது.

இந்த அமைப்பின் சார்பில் பத்திரிகை நடத்தினார். வானொலி ஒலிபரப்புகள் செய்தார். நூல்களை வெளியிட்டார். பல்வேறு தொலைக்காட்சி விவாதங்களில் பங்கேற்றார். கல்லூரிகளுக்கும் கல்வி நிறுவனங்களுக்கும் சென்று உரையாற்றினார். அறிவைப் பயன்படுத்தி, அறிவியலைக் கொண்டு மதத்தைக் கேள்வி கேளுங்கள் என்று இளைய தலைமுறையை ஊக்கப்படுத்தினார்.

லைஃப் இதழ் 1964-ம் ஆண்டில் 'த மோஸ்ட் ஹேட்டட் உமன் இன் அமெரிக்கா' - அமெரிக்க நாட்டில் அதிகம் வெறுக்கப்படும் பெண்மணி என்று இவரைப் பற்றி எழுதியது. இந்தப் பட்டத்தை மேடலின் விரும்பவே செய்தார். கிறிஸ்தவ மதத்தின் செல்வாக்கும் ஆதிக்கமும் நிறைந்த அன்றைய காலகட்டத்தில், மதத்திற்கு எதிரான கருத்துகளைக் கூறுவதற்கும், மதத் தலைவர்களையும், மத அமைப்புகளையும் விமர்சிப்பதற்கும் அபார துணிச்சல் வேண்டும். ஆணாதிக்கம் நிறைந்த அமெரிக்கச் சமூகத்தில் ஒரு பெண் மதத்தை எதிர்த்தது அந்த நாட்டையே அதிர வைத்தது. 'அராஜகமாக நடப்பவர்', 'திமிர்பிடித்தவர்', 'கெட்ட வார்த்தைகளுடன் மோசமாகப் பேசுபவர்', 'சாத்தான்' என்றெல்லாம் மோசமாகத் தூற்றப்பட்டார்.

> 'என்னை மதிக்காத, சுயமரியாதையுடன் சமத்துவத்துடன் நடத்தாத மதம் எனக்குத் தேவையில்லை' என்று இந்தச் சமுதாயத்தில் ஒரு பெண்ணால் துணிந்து சொல்லமுடியுமா?

எண்பதுகளில் இவரின் மூத்த மகன் பில் இவரை விட்டுப் பிரிந்து கிறிஸ்தவ மதத்தில் சேர்ந்தார். மனமுடைந்தாலும் மேடலின், 'அவன் இனி தன் மகனல்ல' என்று அறிவித்தார். 1995 செப்டம்பர் 29 அன்று, 76-வது வயதில், பணம் பறிப்பதற்காக, முன்னாள் ஊழியரால் கடத்தப்பட்டு, மேடலின் கொலை செய்யப்பட்டது மிகவும் சோகமானது. அவருடன் இரண்டாவது மகனும் பேத்தியும் கொலை செய்யப்பட்டார்கள். இறுதி வரை, மனிதத்திற்கு எதிரான மதத்திற்காகவும் பகுத்தறிவுக் கொள்கைகளுக்காவும் சமத்துவத்துக்காகவும் போராடிய அந்தப் பெண்மணியின் மனவுறுதி அபாரமானது.

அவர் இறந்து இத்தனை ஆண்டுகளுக்குப் பிறகும், இன்றும் மதங்களைப் பொருத்தவரை, பெண்களின் நிலையில் எந்த மாற்றமும் இல்லை. மதங்களைக் கட்டிக்காக்கும் பெண்கள், கடவுளின் கருவறைக்குப் போக முடியாது, பூஜிக்க முடியாது, சில வழிபாட்டுத் தலங்களுக்குள் நுழைய முடியாது, மாதவிடாய் நேரத்தில் பல

தலங்களுக்குப் போக முடியாது, குருமார் ஆக முடியாது, மதத்தலைவராக முடியாது, பங்குத்தந்தைதான் - தாயாக முடியாது, கூட்டு வழிபாட்டுக்குத் தலைமையேற்க முடியாது... இப்படிச் சொல்லிக் கொண்டே போகலாம். எல்லா மதங்களுக்கும் இது பொருந்தும்.

'என்னை மதிக்காத, சுயமரியாதையுடன் சமத்துவத்துடன் நடத்தாத மதம் எனக்குத் தேவையில்லை' என்று இந்தச் சமுதாயத்தில் ஒரு பெண்ணால் துணிந்து சொல்லமுடியுமா? பெரும்பாலான பெண்களால் முடியாது. மதத்தை மதிக்காத பெண், அதில் நம்பிக்கை இல்லாத பெண், ஆணாதிக்கச் சமுதாயத்திற்குப் பெரும் அச்சுறுத்தலாகக் கருதப்படுகிறாள். 'நான் நாத்திகர்', 'நான் பகுத்தறிவாளர்', 'எனக்குக் கடவுள் நம்பிக்கையோ மத நம்பிக்கையோ இல்லை' என்று ஒரு பெண்ணால், இன்றும் வெளிப்படையாகச் சொல்லக்கூட முடியுமா என்பதே சந்தேகம்தான்.

கல்யாணமாகாத பெண்ணுக்குக்கூட நாத்திகராக இருப்பது கடினம். அதுவும் பெற்றோருக்குக் கடவுள் நம்பிக்கை இருந்து மகளுக்கு இல்லையென்றால், எதிர்ப்பும் மூளைச்சலவையும் வலுக்கும். அவள் கல்யாணத்தின் போதும், அவள் பகுத்தறிவாளர் என்பது பிரச்னைக்குள்ளாக்கப்படும். காதல் திருமணமாக இருந்தால் ஓரளவு சமாளிக்கலாம். இரண்டு தரப்பும் பகுத்தறிவாளர்கள் என்றால் எந்தச் சிக்கலும் இல்லை. அப்படி இல்லாமல், ஏற்பாட்டு கல்யாணத்தில், கல்யாணப் பெண் மட்டுமே பகுத்தறிவாளர் என்றால், சடங்குகளில் ஆரம்பித்து எல்லா நிகழ்வுகளிலும் பிரச்னை செய்வார்கள். பெண் சுயமாகச் சிந்தித்து தன்னுடைய நாத்திக நிலையை வெளிப்படுத்துவதையே ஆணாதிக்கப் பொதுப் புத்தியால் சகித்துக்கொள்ள இயலாது.

கல்யாணத்திற்கு முன்பு பகுத்தறிவாளராக இருக்கும் பல பெண்கள், கல்யாணத்திற்குப் பிறகு கணவனுடனும் அவன் வீட்டாருடனும் இணக்கமாகப் போவதற்காகச் சமரசம் செய்துகொள்கிறார்கள். அவர்களைச் சொல்லியும் குற்றம் இல்லை. சமரசம் செய்துகொள்ளவில்லையென்றால் அன்றாட வாழ்வே போராட்டமாகிவிடுகிறது. மனம் ஒப்புக்கொள்ளாவிட்டாலும், பேருக்காவது 'சாமி கும்பிட' ஆரம்பித்துவிடுகிறார்கள். அப்போதுதான் குடும்பச் சூழல் அமைதியாக இருக்கிறது.

அன்புத் தோழர்களே, வழிபாட்டு உரிமை என்பது பெண்ணின் அடிப்படை உரிமை. இதில், அவள் எந்த மதம் சார்ந்தும் வழிபடாமல், பகுத்தறிவாளராக இருக்கும் உரிமையும் அடங்கும். அவள் உரிமையை மதிப்போம். குடும்பத்தின் நம்பிக்கைகளைப் பெண்ணின் மீது திணிக்காதீர்கள். அடுத்த தலைமுறையாவது, சொந்தமாகச் சிந்தித்து, சுயமரியாதையுடன் ஆரோக்கியமாக வளரட்டும்.

# பயணம் போங்கள் பெண்களே!

'**பெ**ண்கள் ஏன் பயணம் போகணும்?' என்று கேட்டால், 'பெண்கள் ஏன் பயணம் போகக் கூடாது?' என்று கேட்பேன். பெண்ணுக்கான வெளி வீடாகத்தான் இருக்கிறது. வேலைக்குப் போகும் பெண் என்றால் வீட்டுடன் அலுவலகத்தையும் சேர்த்துக்கொள்ளலாம். இதைத் தாண்டி இயற்கையை ரசிக்க, விதவிதமான நிலப்பரப்புகளைப் பார்க்க, புதிய மனிதர்களைச் சந்திக்க, வித்தியாசமான உணவை ருசிக்க, மகிழ்ச்சியுடன் வாழ்க்கையை எதிர்கொள்ள பயணம் அவசியம்.

பெண்ணுக்கான பயணம் என்றால், பெரும்பாலும் குடும்பத்துடன் உறவினர் வீட்டுவிசேஷங்களுக்குப்போவதும், வழிபாட்டுத்தலங்களுக்குப் போவதுமாகத்தான் இருக்கிறது. ஆற்றுக்கோ அணைக்கட்டுக்கோ அருவிக்கோ மலைப்பிரதேசங்களுக்கோ காட்டுப் பகுதிகளுக்கோ போவது அரிதாகத்தான் இருக்கும். அப்படிப் போனாலும், வீட்டிலிருந்தே கட்டுச்சாதம் கட்டிக்கொண்டு போவார்கள். அல்லது அங்கு சமைப்பார்கள். பயணத்திலும் சமையல் பெண்களைவிட்டுப் பிரியாமல் உடன் வரும். எல்லாருக்கும் சோறு போடுவதிலும், சாப்பிட்ட பின் பாத்திரங்களைக் கழுவி வைப்பதிலுமே நேரம் போய்விடும். இந்த வேலைகளுக்கிடையே இயற்கையை ரசிக்கவும் ஆசுவாசமாக உட்காரவும் அவர்களுக்கு நேரமே கிடைக்காது. குடும்பத்துடன் எங்கு சென்றாலும் அம்மா, மனைவி ரோலை எடுத்துக்கொண்டு, குழந்தைகள், கணவனைக் கவனிப்பதும், அவர்களின் தேவைகளைப் பூர்த்தி செய்வதும், பணிவிடைகள் புரிவதும்தாம் பெண்ணின் வேலையாக இருக்கிறது. யாரையும் கவனிக்க வேண்டிய நிர்ப்பந்தம் இல்லாமல், தன்னை மட்டும் கவனித்துக்கொண்டு தன் விருப்பப்படி உண்டு, ஊர் சுற்றிப் பார்க்க விரும்பினால், பெண் தோழிகளுடன் நண்பர்களுடன் பயணிக்க வேண்டும். இல்லாவிட்டால் தனியே பயணிக்க வேண்டும்.

செக்குமாடு போன்ற ஒரேவிதமான வாழ்க்கைமுறை தரும் மன அழுத்தத்திலிருந்து விடுபடவும், புத்துணர்ச்சி பெறவும் மனிதர்களுக்கு

பயணங்கள் அவசியம். ஆண்களுக்குப் பயணம் என்பது மிக எளிதானது. நினைத்தால் நண்பர்களுடன் வண்டி எடுத்துக்கொண்டு கிளம்பிவிடுவார்கள். வீடு? அதை அம்மாவோ மனைவியோ பார்த்துக்கொள்வார்கள். பெண்ணுக்கு அந்தக் கொடுப்பினை இல்லை. பெண்கள் முதுகுக்குப் பின்னால் வீடு என்ற கண்ணுக்குத் தெரியாத மூட்டையை எப்போதும் சுமந்துகொண்டிருக்கிறார்கள். அந்த மூட்டையை இறக்கி வைத்துவிட்டு, பேக் பேக்கை (backpack) மாட்டுவது அவ்வளவு எளிதல்ல.

முதலில் புகுந்த வீட்டினரிடம் அனுமதி வாங்க வேண்டும். 'எதுக்காக இப்ப போறே?', 'அவசியம் இப்ப போய்த்தான் ஆகணுமா?', 'போ, வேண்டாம்னு சொல்லல, பையனுக்கு எக்ஸாம் வருது, யார் சொல்லிக் கொடுப்பா? எக்ஸாம் முடிச்சுட்டு போலாம்ல...' (அந்தப் பையன் எல்கேஜியோ யூகேஜியோதான் படித்துக்கொண்டிருப்பான்...), 'யாரு சமைக்கறது?', 'எங்க தங்கை வீட்டிலிருந்து கல்யாணத்துக்குக் கூப்பிட வந்தாலும் வருவாங்க, நீ இல்லேன்னா எப்படி?', 'அம்மா, எனக்குச் சளிப்பிடிச்சிருக்கு, இப்பப் போய் நீ டூர் போறேன்னு சொல்றே?' - இப்படிக் கேள்விகளும் புகார்களும் நீண்டுகொண்டே போகும்.

இவை நேரடியான கேள்விகள் என்றால் மறைமுகமாகக் குறை சொல்வதும் நடக்கும். 'புருஷனையும் குழந்தைகளையும் தவிக்க விட்டுட்டு, ஃப்ரெண்ட்ஸோட ஊர் சுத்தப் போறாளாம். இது குடும்பப் பொண்ணுக்கு அழகா? எல்லாம் சம்பாதிக்கற திமிர்', 'அப்படி என்ன டூர் போயே ஆகணுமா, அந்தப் பணத்தைப் பொண்ணு கல்யாணத்துக்கு சேர்த்து வைக்கலாம்ல, இங்க பணம் கொட்டியா கிடக்கு' என்றெல்லாம் உறவுகள் போகிற போக்கில் விமர்சனம் செய்யும். எல்லாவற்றையும் கடந்து கணவனுக்கு, குழந்தைகளுக்கு, மாமியார் மாமனாருக்குச் சமையல் உள்பட எல்லா வேலைகளுக்கும் ஏற்பாடு செய்துவிட்டு நிமிர்ந்தால் அடுத்த சுற்று விசாரணைகள் வரும். 'யாரோட போறே? எப்படிப் போறே? எங்கே தங்கப் போறீங்க? போற இடம் பாதுகாப்பா இருக்குமா?' - இதற்கெல்லாம் பதில் சொல்லிவிட்டு, உடன் வருபவர்களின் போன் நம்பர்கள், தங்குமிட முகவரி எல்லாவற்றையும் தந்துவிட்டுத்தான் பஸ்ஸோ ட்ரெயினோ ஏற முடியும்.

புரிதல் உள்ள இணையர் என்றால் அவ்வளவு பிரச்னை இல்லை. வீட்டை, குடும்பத்தைக் கவனித்துக்கொள்வார். ஆனால், பணிபுரியும் பெண் என்றால் அலுவலகங்களிலும் கேள்விகளை எதிர்கொள்ள வேண்டும். பயணத்திற்காக லீவ் கேட்கும்போது, 'என்னது! கணவரை, குழந்தைகளை விட்டுட்டுப் போறீங்களா? பாவங்க அவர். நீங்க ஃப்ரெண்ட்ஸோட ஜாலியாப் போயிடுவீங்க, வீட்ல அவங்க எவ்வளவு கஷ்டப்படுவாங்க...' என்றெல்லாம் ஆணாதிக்கப் பொதுப்

புத்தி முதலைக் கண்ணீர் வடிக்கும். ஆண்கள் டூர் போகும்போது இதே நாவுகள், 'ஃப்ரெண்ட்ஸோட போறே, ஜாலிப்பா! நல்லா எஞ்சாய் பண்ணிட்டு வாங்க' என்று வாழ்த்தி அனுப்பும்.

சில நேரங்களில், 'இவ்வளவு போராடிப் பயணம் போய்த்தான் ஆகணுமா?' என்று பெண்களுக்குத் தோன்றுவதுண்டு. குடும்பம், அலுவலகம், சுற்றி உள்ளோர் என்று மொத்த சமூகமும் பெண் (தோழிகளுடனோ தனியாகவோ), பயணம் போவதை ஏன் எதிர்க்கிறது? பெண் என்பவள் ஆணின், ஆணாதிக்க சமுதாயத்தின் தேவைகளை நிறைவேற்றத்தான் கடமைப்பட்டிருக்கிறாள். வீடு தான் அவள் வெளி. அதனைத் தாண்டி அவள் செல்லக் கூடாது. அலுவலகம் செல்கிறாள்; பணம் சம்பாதிக்கிறாள் என்றால் அந்தப் பணமும் குடும்பத்திற்குத்தான் செலவு செய்யப்பட வேண்டும். தனக்கென்று அவள் பெரிதாக விருப்பங்கள் வைத்திருக்கக் கூடாது. குடும்பத்தைப் பாதிக்காமல் சின்னச் சின்ன ஆசைகளை நிறைவேற்றிக்கொள்ளலாம். அவளின் விருப்பம், வீட்டை, பெண்ணால் வீடு அனுபவிக்கும் வசதிகளை, பாதிக்கிறது என்றால் அதற்குத் தடைபோடப்படும்.

> தனித்துச் சென்ற பயணங்கள், எனது சுயபரிசோதனைக்கு மிகவும் உதவியிருக்கின்றன. இந்தப் பயணங்களுக்குப் பிறகு, வெகு நாள்களாக நான் தள்ளிப் போட்ட பல விஷயங்களைச் செய்து முடித்திருக்கிறேன்.

பெண் தன் குடும்பத்துடன் இல்லாமல், தோழிகளுடனோ தனியாகவோ பயணம் போவதால் அவள் செய்யும் வீட்டு வேலைகளுக்கு - சமையல் உள்பட - பாதிப்பு வருவது ஒருபுறம் என்றால், மறுபுறம், அவளுக்கு வரையறுக்கப்பட்ட வெளியிலிருந்து விடுபட்டு, புறவெளி உலகிற்குள் காலடி எடுத்து வைக்கிறாள். இது ஆணாதிக்கச் சமுதாயத்திற்கு மோசமான விளைவுகளை ஏற்படுத்தக் கூடும். அவளது உலக அறிவு கூடும், புதிய மனிதர்களை, நிலப்பரப்புகளைப் பார்ப்பாள், வெளியுலகைப் பற்றி நிறைய தெரிந்துகொள்வாள், அவளது தன்னம்பிக்கை அதிகரிக்கும், தன் நிலையைப் பற்றிச் சிந்திக்கக்கூடும், அடிமைத்தனத்தை உணரக்கூடும், கேள்வி கேட்கவும் தனது உரிமைகளைப் பெறவும் வாய்ப்பிருக்கிறது. இத்தகைய 'ஆபத்தான விளைவுகள் நேரக்கூடும்' என்பதால் ஆணாதிக்கப் பொதுப் புத்தி பயப்படுகிறது. பெண் குடும்பத்துடன் பயணம் போவதுதான் 'பாதுகாப்பு' என்று முடிந்த அளவில் வேப்பிலை அடித்துக்கொண்டே இருக்கிறது. குடும்பத்துடன் போகும்போது,

வீட்டுப் பொறுப்புகளும் உடன் வருவதால், பெண்ணுக்கு வெளியுலகைப் பற்றி எதுவும் தெரியாமல், 'பத்திரமாகப்' பார்த்துக்கொள்ளலாம்.

இந்தச் சவால்களை எல்லாம் கடந்து, பெண்கள் பயணம் போகத் தொடங்க வேண்டும். வெளியில் வேலைக்குப் போகும் பெண்கள், வெளியில் வேலைக்குப் போகாமல் வீட்டை கவனித்துக்கொள்ளும் பெண்கள் ஆகிய இருதரப்பினரும் தம் தோழிகளுடன் இணைந்து குழுவாகப் போகலாம். தனியாகவும் பயணிக்கலாம். எப்படிப் பணத்தைச் சேர்ப்பது என்பது அவரவர் சாமர்த்தியம். பயணத்திற்காக, அவரவர் வழியில் பணத்தைத் திரட்டலாம். சம்பாதிக்கும் பெண் தனது வருவாயில் ஒரு தொகையை ஒதுக்கலாம். சம்பாதிக்காதவர்கள், குடும்பத்தினரிடம் பேசி பணத்தை வாங்கலாம். சேமிக்கத் தொடங்கலாம். எங்கே போவது, எப்படிப் போவது என்று ஏற்கெனவே பயணித்த அனுபவமிருப்பவர்களிடம் கேட்டுத் திட்டமிடலாம்.

பயணம் செய்வதற்கு வயது ஒரு தடையல்ல. நான் நாற்பது வயதில்தான், தனியாகவும் தோழிகளுடன் சேர்ந்தும் பயணம் போக ஆரம்பித்தேன். புரிதல் உள்ள இணையரும் குடும்பமும் இருந்தாலும், ஏதோ ஒரு மனத்தடையும் தேவையற்ற குற்றவுணர்வும் எனக்கு இருந்தது. அதைக் கடந்து பயணம் போக ஆரம்பித்து, இன்று வரை போய்க்கொண்டிருக்கிறேன். ஒவ்வொரு பயணமும் புத்துணர்ச்சியளிக்கிறது. ஏதோ ஒன்றைக் கற்றுக் கொடுக்கிறது. மனிதர்களைப் புரிய வைக்கிறது. வெளிமனிதர்களை மட்டுமல்ல, குடும்பத்தினரையே புரிந்துகொள்ள பயணம் உதவுகிறது. பயணத்தின்போது, நமக்கு நெருக்கமானவர்களுக்கும் நமக்கும் உள்ள இடைவெளி *(space)* பல விஷயங்களைப் புரிந்துகொள்ள உதவுகிறது. அவர்களின் மீதும் நம்மீதும் நேசம் பெருகுகிறது.

தனித்துச் சென்ற பயணங்கள், எனது சுயபரிசோதனைக்கு மிகவும் உதவியிருக்கின்றன. இந்தப் பயணங்களுக்குப் பிறகு, வெகு நாட்களாக நான் தள்ளிப் போட்ட பல விஷயங்களைச் செய்து முடித்திருக்கிறேன். அந்த விஷயங்கள் மீதான எனது பயத்தைக் கடக்க பயணங்கள் உதவின என்று பிறகுதான் புரிந்துகொண்டேன்.

தோழிகளுடனான பயணங்கள், அவர்களுடனான எனது நட்பை வலுப்படுத்தின. என்னை மேம்படுத்த உதவின. அவர்களைப் புரிந்துகொள்ளவும், என்னைச் சரிசெய்துகொள்ளவும் பயணங்கள் பயன்பட்டன. மலையேற்றப் பயணங்களின்போது, தோழிகள் அளித்த ஊக்கத்தினால் எளிதாக நடந்தேன், மலையேறினேன். மலைகளில், காடுகளில் எதிர்பாராமல் சந்தித்த சவால்களை, அவர்களுடன் உற்சாகமாகவும் மகிழ்ச்சியுடனும் எதிர்கொண்டேன். குடும்பத்துடன் செல்லும் போது செய்யத் துணியாத பேராசெய்லிங் *(Parasailing)*, ராக் கிளைம்பிங் *(Rock climbing)* சாகசங்களையும் செய்தது குதூகலமான அனுபவங்கள்.

பயணங்கள் நமது ஆளுமையை செறிவூட்டுகின்றன. மன அழுத்தங்களிலிருந்து விடுவிக்கின்றன. நமது சுயத்திற்குப் புதிய பரிமாணங்களை அளிக்கின்றன. பரவசமூட்டுகின்றன. உங்களைப் புரிந்துகொள்ள, உலகைத் தெரிந்துகொள்ள, வாழ்க்கையை மகிழ்ச்சியுடன் அனுபவித்து வாழ, பயணம் போங்கள் பிரியமான தோழியரே! பயணம் போகும் பெண்களுக்கு வாழ்த்துக் கூறி, மகிழ்ச்சியுடன், நம்பிக்கையுடன் அனுப்பி வையுங்கள் அன்புத் தோழர்களே, பெண்களுக்கு தம்மைப் பார்த்துக்கொள்ளத் தெரியும்.

# ஒரே காதல் ஊரில் இல்லையடா...

**வா**ழ்க்கையில் ஒருவரை மட்டும் காதலிப்பது, அவரையே இணையாக ஏற்று வாழ்வது என்பது எல்லாருக்கும் சாத்தியம் இல்லை. ஒரு சிலருக்கு மட்டும் அப்படி அமையலாம். பலருக்கு அமையாமல் போகலாம். அதற்காகத் திரும்ப காதல் வரக்கூடாது என்ற விதி ஏதும் இல்லை. காதல் திரும்ப வரலாம், ஒரு முறை மட்டுமல்ல, பலமுறை. ஏதேனும் ஒரு காதலுறவு கல்யாணம் வரை போகலாம். இது யதார்த்தமானது மட்டுமல்ல, ஆரோக்கியமானதும் கூட. இது பெண் ஆண் இருபாலருக்கும் பொருந்தும். என்றாலும், ஆணுக்குத் திரும்ப காதல் வருவதை எந்த விமர்சனமும் இல்லாமல் ஏற்றுக்கொள்ளும் சமுதாயம், பெண்ணுக்கென்று வரும்போது அப்படி நடந்துகொள்வதில்லை. தேவையற்ற கேள்விகள் கேட்டு, அவளைக் குற்றவாளிக் கூண்டில் ஏற்றி, மனதளவில் அவளை ஆயுள்தண்டனை கைதியாக்குகிறது.

ஒரு பெண்ணும் ஓர் ஆணும் காதலிக்கிறார்கள் என்று வைத்துக்கொள்ளுங்கள். சில காலத்திற்குப் பிறகு அவளுக்கு அவனைப் பிடிக்காமல் போய்விடலாம்; அவனுடன் இணைந்து வாழ்வது சரி வராதெனத் தோன்றலாம். அவனைப் பிரிய நினைக்கலாம்... இதெல்லாமே இயல்பானவைதாம்.

'பிடித்திருக்கிறது' என்று சொல்ல எவ்வளவு உரிமை இருக்கிறதோ, அதே அளவு உரிமை, 'பிடிக்கவில்லை, பிரிந்துவிடலாம்' என்று சொல்வதற்கும் பெண்ணுக்கு உண்டு. இல்லை, வேறு ஏதாவது காரணத்தால் காதல் கைகூடாமல் போகலாம், இருவரும் பிரிய நேரிடலாம்.

காதல் கைகூடாததால், ஆண் தாடி வளர்ப்பதையும் தண்ணி அடிப்பதையும் சோகமாகத் திரிவதையும் பார்த்துப் பரிதாபப்படும் பொதுப் புத்தி, பெண்ணுக்கு ஏற்படும் மனஅழுத்தத்தையும்

கீதா இளங்கோவன்

அவள் சோகத்தையும் பெரிதாக அங்கீகரிப்பதில்லை. அதுவும், பெண் தன் விருப்பத்தின் பேரில், காதலித்த ஆணை வேண்டாம் என்று சொன்னாலோ பிரிய முடிவெடுத்தாலோ முதலில் அந்தக் காதலனாலேயே அதை ஒப்புக்கொள்ளமுடியாது. தன் 'ஆண்மை'க்கு இழுக்கு ஏற்பட்டுவிட்டதாக, தான் 'அவமானப்படுத்தப்பட்டு விட்டதாகக்' கோபப்படுகிறான்.

சுற்றியிருப்பவர்களும், 'திமிர் பிடிச்சவ... அவனுக்கு என்ன குறைச்சல்னு வேணாம்னு சொல்லிட்டுப் போறா... பாவம் அந்தப் பையன். ஆனாலும் ஒரு பொம்பளப் புள்ளைக்கு இவ்ளோ திமிர் கூடாது' என்றெல்லாம் அந்தப் பெண்ணைத்தான் குறைகூறி, அந்த ஆணுக்காகப் பரிதாபப்படுகின்றனர்.

காதலி வேண்டாமென்று சொல்லிவிட்டதால் காதலனுக்கும் சோகம் இருக்கும்தான், வருத்தம் இருக்கும்தான், அதையெல்லாம் தாண்டி, இது அந்தப் பெண்ணின் உரிமை, அதை மதிக்க வேண்டும் என்ற புரிதலுடன், கண்ணியமாக விலக வேண்டும். அதை விட்டுவிட்டு, மற்றவர்களுடன் சேர்ந்துகொண்டு தன் முன்னாள் காதலியைத் தூற்றுவதும் இழிவுபடுத்துவதும் பழிவாங்க நினைப்பதும் அப்பட்டமான உரிமை மீறல். தோழர்கள் இதை உணர வேண்டும்.

> 'பெண் காதலிச்சாலே தப்பு, அதை உடைச்சிட்டு மறுபடியும் காதலிச்சா, கல்யாணம் பண்ணினா பெரிய தப்பு' என்கிற கண்ணுக்குத் தெரியாத விலங்கால் நமது பெண்கள் அனைவரும் கட்டப் பட்டிருக்கிறார்கள்

இப்போது பெண்ணுக்கு வருவோம். ஏதோ ஒரு காரணத்தால், அவள் பிரியும் முடிவு எடுத்திருந்தாலும், அந்த முடிவால் அப்பெண்ணுக்கும் சோகம் இருக்கும், கனவுகள் கலைந்த வருத்தம் இருக்கும். எல்லோரும் மோசமாகப் பேசுவார்கள் என்று அறிந்திருந்தும், அந்தப் பெண் பிரிய முற்படுகிறார் என்றால் அவளுக்கென்று பிரச்னைகள் இருக்கும், காயங்கள் இருக்கும், நியாயங்கள் இருக்கும். அதை எல்லோரிடமும் சொல்ல முடியாது, சொல்ல வேண்டிய அவசியமும் இல்லை. அவள் முடிவை மதிக்காமல், அவளைத் தூற்றுவதுதான் பெரும்பாலும் நடக்கிறது. இதன் விளைவாக, மன உளைச்சலுக்கு ஆளாகி, தனக்குள் புழுங்கி, டிப்ரஷனுக்குப் (*depression*) போகும் பெண்கள் இங்கு அதிகம். மற்றவர்கள் இழிவுபடுத்துவது ஒருபுறம் என்றால், காலங்காலமாக ஆணாதிக்கச் சமுதாயம் செய்த மூளைச்சலவையால், தான் 'நல்ல பெண் இல்லையோ? கற்புள்ள பெண் கிடையாதோ?

குடும்பத்துக்கு ஏற்ற பெண் அல்லவோ?' என்றெல்லாம் தன்னையே விமர்சித்து, காயப்படுத்திக்கொள்கிறாள் அந்தப் பெண்.

மனதளவில் பெண்ணுக்கு ஏற்படும் காயங்கள் காலப்போக்கில்தான் ஆறும். 'நீ இப்படியே இருக்கக் கூடாது, உனக்கேற்ற துணையைத் தேடிக்கொள், கல்யாணம் பண்ணிக்கொள்' என்று குடும்பத்தினரும் நண்பர்களும் சுற்றியிருப்பவர்களும் அட்வைஸ் பண்ண ஆரம்பிப்பார்கள். அவள் தன்னைச் சரிப்படுத்திக்கொள்வது எளிதான காரியமில்லை. 'திரும்பவும் காதலிக்கத்தான் வேண்டுமா? அவனும் முன்பு பார்த்தவனைப் போல் இருக்க மாட்டான் என்பது என்ன நிச்சயம்? அவனுக்கும் எனக்கும் சரி வருமா? அவன், என் பழைய காதலை எப்படி எடுத்துக்கொள்வான்? சுற்றியுள்ளவர்களும் நண்பர்களும் என்ன சொல்வார்கள்? என்னைத் தப்பாக நினைப்பார்களா?' என்றெல்லாம் சந்தேகங்களும் பயங்களும் குழப்பங்களும் வரும். அதிலிருந்து மீண்டு, இன்னோர் ஆணைத் தேர்ந்தெடுப்பது, காதலிப்பது என்பது பெண்ணுக்கு அவ்வளவு எளிதான காரியமில்லை. குற்றவுணர்வும் தன்னைப் பற்றிய விமர்சனங்களும் அவளைப் பாடாகப்படுத்தும்.

இந்த நிலையில் உள்ள பெண்களைப் பரிவுடன் அணுக வேண்டும். எந்தத்தீர்ப்பும்எழுதாமல்,முன்முடிவுகண்ணாடிபோட்டுக்கொள்ளாமல் அவர்களுடன் உரையாடுவது முக்கியம். 'இதில் எந்தத் தப்பும் இல்லை. உன் வாழ்க்கை, உன் முடிவு, உன் உரிமை கண்ணம்மா. எந்தக் குற்றவுணர்வும் இல்லாமல் வாழ்க்கையை எதிர்கொள். நேசமான இணையுடன் வாழ முடிவு செய்துவிட்டால், அதில் ஏற்றத்தாழ்வுகள் வரத்தான் செய்யும். அதற்குப் பயந்துகொண்டு நேசிக்காமல் இருந்தால், இணையைத் தவிர்த்தால், இழப்பு உனக்குத்தான். நம்பிக்கையுடன் முயற்சி செய். நாலு பேருடன் பழகிப்பார். உனக்கு ஏற்ற அருமையான இணையர் கிடைப்பார்' என்று நமது அன்பான பெண்களுக்கு, தோழிகளுக்குச் சொல்ல வேண்டும். நம்பிக்கையளிக்க வேண்டும்.

'வாழ்க்கையில் ஒரே ஒரு முறைதான் காதல் வரும். அது முடிந்து விட்டால், இன்னொரு காதலுக்கு இடமேயில்லை' என்று வரும் சினிமா வசனமெல்லாம் வறட்டுத்தனமானது, அன்புசூழ் யதார்த்த வாழ்க்கைக்கு சரி வராது என்பதை அழுத்தமாக எடுத்துரைக்க வேண்டும்.

ஒரு வழியாக மீண்டு வந்து, மறுபடியும் காதலித்து, தனக்கேற்ற இணையைத் தேர்ந்தெடுத்து, கல்யாணம் செய்துகொள்ளப் போகிறேன் என்று பெண் அறிவிக்கும்போது, அதற்கு இந்த ஆணாதிக்கச் சமுதாயம் ஆற்றும் எதிர்வினையில், வன்மமும் பெண் வெறுப்பும் சரிவிகிதத்தில் இருப்பது கசப்பான உண்மை. பெற்றோர் பார்த்துச் செய்யும் ஏற்பாட்டுத் திருமணமாக இருந்தால்கூட, 'எப்படியோ ஒரு ஏமாந்த பையனைப் பிடிச்சு, வரதட்சணை குடுத்து, அந்தப் பொண்ணைக் கல்யாணம் பண்ணிக் குடுக்குறாங்க' என்ற அநாகரிக கமெண்ட்டோடு நிறுத்திக்கொள்வார்கள்.

ஆனால், அந்தப் பெண் திரும்பவும் ஓர் ஆணைக் காதலித்து கல்யாணம் செய்துகொள்கிறாள் என்றால், ‘இவளப் போய் யார் காதலிச்சா? இவளோட பழைய விஷயம் அவனுக்குத் தெரியுமோ, தெரியாதோ? இவனோடயாவது ஒழுங்கா இருந்தா சரிதான். அந்தப் பையன் பாவம்’ என்றெல்லாம் காதுபடவே பேசுவார்கள். இன்விடேஷனை நீட்டும் பெண்ணை மனசார வாழ்த்துவதை விட்டுவிட்டு, ‘கல்யாணமே பண்ண மாட்டேன்னு நினைச்சேன்’ என்று நகைச்சுவையாகப் பேசுவதாக எண்ணிக்கொண்டு, அப்பெண்ணின் மனதைப் புண்படுத்துபவர்களை என்ன சொல்வது? இவர்கள் யாரும், அந்தப் பெண்ணின் கடினமான காலகட்டத்தில் உடன் இருந்து உதவியிருக்க மாட்டார்கள்.

இதற்குப் பின்னால் இருப்பது, ‘அது எப்படி நீ மறுபடியும் காதலிக்கலாம்? கல்யாணம் பண்ணிக்கலாம்? காலங்காலமா கட்டமைச்சிருக்கிற ‘கற்பு’ங்கற கருத்தாக்கம் என்னாகிறது?’ என்ற ஆணாதிக்கப் பொதுப் புத்திதான். ‘பெண் காதலிச்சாலே தப்பு, அதை உடைச்சிட்டு மறுபடியும் காதலிச்சா, கல்யாணம் பண்ணினா பெரிய தப்பு’ என்ற கண்ணுக்குத் தெரியாத விலங்கால் நமது பெண்கள் அனைவரும் கட்டப்பட்டிருக்கிறார்கள். அவர்கள் அதை உடைக்காதவாறு பொதுச் சமூகமும் மதங்களும் ஜாதியக் கட்டமைப்பும் ஊடகங்களும் பார்த்துக்கொள்கின்றன.

அன்புத் தோழியரே, காதலியுங்கள், அது தோல்வியுற்றால் மீண்டும், மீண்டும் காதலியுங்கள். இந்தச் சமுதாயம் ஆணாதிக்கமானதுதான். ஆனால், பெண்ணைச் சக தோழியாக மதிக்கும், அவள் உரிமைகளைப் பற்றிய புரிதல் உள்ள ஆண் தோழர்கள் இங்கு பலர் இருக்கிறார்கள். உங்கள் மனத்தடையை உடைத்தால், நம்பிக்கையுடன் முயற்சித்தால் உங்களுக்கேற்ற அற்புதமான இணையர் கிடைப்பார். அப்படி முயற்சித்து, ஏற்ற இணையைத் தேர்ந்தெடுத்து மகிழ்ச்சியாக வாழும் பல தோழிகளே இதற்கு சாட்சி. வாழ்தல் இனிது தோழியரே!

# சக தோழிகளைக் கொண்டாடுவோம்!

'பதினொன்றாம் வகுப்பில் அரசுத் தேர்வு எழுத இருக்கும் நேரத்தில் எனக்கு அம்மை போட்டுவிட்டது. ஒரு மாதம் படிக்கவில்லை. பொதுத் தேர்வுக்கு முன் ஒரு மாதிரிமுன்தேர்வு நடத்தி, அதில் நல்ல மதிப்பெண் பெற்றவர்களைத்தான் பொதுத் தேர்வுக்கு அனுப்புவார்கள். தலைமை ஆசிரியர் தேவசகாயம் எனக்குச் சிறப்பு அனுமதி தந்து, நேரடியாகத் பொதுத்தேர்வு எழுத அனுமதித்தார். தேர்வையும் எழுதி முடித்தேன். என் படிப்பை நிறுத்துவதில் ஆர்வமாக இருந்த என் குடும்பம், அம்மையால் நான் தோல்வியடைந்துவிடுவேன் என்று எதிர்பார்த்திருந்தது. அப்போது நான் பூப்பெய்தியவுடன் படிப்பை நிறுத்த சரியான காரணம் கிடைத்துவிட்டதாக மகிழ்ந்தது. சொத்து அதிகம் இருந்த மாமா மகனுக்குத் திருமணம் செய்துவைக்கத் திட்டமும் போட்டது. குடும்பம் ஒரு பக்கமாகவும் நான் ஒரு பக்கமாகவும் நின்று யுத்தம் செய்துகொண்டிருந்தோம்.

அன்று தேர்வு முடிவு வந்தது. நான் நல்ல மதிப்பெண்களுடன் தேர்ச்சி பெற்றுவிட்டேன்! என் மகிழ்ச்சிக்கு அளவே இல்லை. ஆனால், என் வீட்டில் ஒருவர் முகத்திலும் அந்த மகிழ்ச்சி இல்லை. அதிலும் முதல் பத்து இடங்களுக்குள் வந்துவிட்டேன் என்பதில் தலைமை ஆசிரியருக்கு மகிழ்ச்சி.

தேர்வு முடிவு வந்ததும் வீட்டில் துக்கம் கொண்டாடினார்கள். சாப்பிட மாட்டேன் என்று உண்ணாவிரதப் போராட்டத்தைக் கையில் எடுத்தேன். ஒருவரும் கண்டுகொள்ளவில்லை. கிட்டத்தட்ட ஒரு மாதம் என் போராட்டம் தொடர்ந்தது. லட்சுமி ஆத்தா என்னைப் பார்த்து இரக்கப்பட்டார். 'தம்பி, இவ பட்டினி கெடந்தே செத்துடுவா போல. படிப்புதானே கேக்குறா? போவட்டும் உடு' என்றார். அப்பாவும் வேறு வழியின்றிச் சம்மதித்தார்...'

- படிப்பதற்காக ஆரம்பித்த அந்தப் பெண் குழந்தையின் போராட்டம், வாழ்க்கை முழுக்க வெவ்வேறு வடிவங்களில் தொடர்ந்தது. இன்றும்

கீதா இளங்கோவன்

தொழிற்சங்கத் தலைவராக, நட்புகளின் இனிய உறவாக, பயணங்களின் காதலராக, உணவின் ரசிகராக இயங்கிக்கொண்டிருக்கிறார் அன்பிற்கினிய தோழர் மோகனா சோமசுந்தரம்.

பத்து வருடங்களுக்கு முன்பு, முகநூலில் தோழர் மோகனா சோமசுந்தரம் அவர்களின் அறிமுகம் கிடைத்தது. மார்பகப் புற்றுநோயால் பாதிக்கப்பட்டு சிகிச்சை எடுத்த தனது அனுபவங்களையும், தமிழ்நாடு அறிவியல் இயக்க நிகழ்ச்சிகளையும், தொழிற்சங்க கூட்டங்களையும், தனது பயணங்களைப் பற்றியும் பதிவுகள் எழுதுவார். சமையல் குறித்தும் சிலாகித்து விவரிப்பார். அப்போது இணைய இதழ் ஒன்றில் அவரின் பேட்டியைப் படித்து அரண்டு விட்டேன். என்ன ஒரு துடிப்பான ஆளுமை! வாழ்க்கை விசிறியடித்த கடினமான சவால்களை எதிர்கொண்டு, காத்திரமான சமுதாயப் பணிகளுடன் கம்பீரமாகப் பயணிக்கும் அவரின் துணிவும், வாழ்வின் மீதான நேசமும், ரசனையும் என்னைப் பெரிதும் கவர்ந்தன. அவரின் அசாத்தியமான ஆளுமையையும், போராட்ட வாழ்க்கையையும் முழுமையாகத் தெரிந்துகொண்டது, சில ஆண்டுகளுக்கு முன் வெளியான, 'மோகனா: ஓர் இரும்புப் பெண்மணியின் கதை' என்ற அவரின் சுயசரிதை நூலை வாசித்த பிறகுதான் (நூல் வெளியீடு: பாரதி புத்தகாலயம் | ஆங்கில மொழிபெயர்ப்பு: ஹெர் ஸ்டோரிஸ் வெளியீடு). கொரோனா பொதுமுடக்கக் காலத்தில் இந்த நூலை எழுதியிருக்கிறார் மோகனா தோழர்.

**சமூகச் செயல்பாடுகளுடன் ஒவ்வொரு பெண்ணும் வாழ்க்கையை அமைத்துக் கொண்டால், சொந்த வாழ்க்கை சவால்களையும், உடல் சார்ந்த சவால்களையும் துணிவுடன் வென்றெடுக்கலாம்.**

இந்த நாட்டில் எளிய குடும்பத்தில் பிறக்கும் சராசரி பெண் குழந்தை எதிர்கொள்ளும் அத்தனை சவால்களையும் தோழர் மோகனா எதிர்கொண்டிருக்கிறார். குடும்ப வறுமைக்கிடையில் பள்ளிக்கல்வியை முடித்து, இந்தக் கட்டுரையின் முதல் பாராவில் குறிப்பிட்ட, பட்டினிப் போராட்டம் நடத்தி கல்லூரியில் சேர்ந்திருக்கிறார். இரண்டாமாண்டு படிக்கையில், நண்பரொருவர் கல்வி தொடர்பாக எழுதிய ஆங்கிலக் கடிதத்தை, காதல் கடிதம் என்று தவறாகப் புரிந்துகொண்ட குடும்பம் அல்வாவில் விஷத்தை வைத்து தன்னைக் கொல்ல முடிவெடுத்தது என்று மோகனா தோழர் குறிப்பிடுவது அதிர வைக்கிறது. கொடூரமான ஜாதிய சமுதாயக் கட்டமைப்பில், அடிப்படை உரிமையான கல்வியைப் பெற, ஒரு பெண் குழந்தை

உயிரையே பணயம் வைக்க வேண்டியிருக்கிறது.

முதுநிலைப் படிப்புக்குக் குடும்பத்தினர் உதவாததால், வீட்டினரின் எதிர்ப்பை மீறி, தோழிகளிடம் கடன் வாங்கிப் படிக்கிறார். 'நான் யாரையும் காதலிக்க மாட்டேன் என்று அப்பாவிடம் சத்தியம் செய்து கொடுத்துவிட்டே படிக்கப் போனேன்' என்கிற அவரின் வரிகள், என் பதின்பருவ தோழிகள் சிலரின் அனுபவங்களை நினைவுபடுத்துகின்றன. தோழர் சத்தியம் செய்தது 1960களின் இறுதியில். இன்றும்கூட, பல பெண்குழந்தைகளுக்கு இந்த நிலை தொடர்கிறது.

படிப்பு முடிந்ததும், தானே முயற்சி செய்து பேராசிரியர் பணியில் சேர்கிறார். குடும்பத்தினர் கட்டாயத்தின் பேரில் கல்யாணம். 'இந்த மாப்பிள்ளையை வேண்டாம் என்று உறுதியாக மறுக்க என்னிடம் தைரியம் இருந்தது. ஆனால், படிப்புக்குச் சண்டை போட்டதற்கே இதுவரை ஒருவரும் என்னிடம் பேசுவதில்லை. இவர்களை எல்லாம் பகைத்துக்கொண்டு எப்படி நிம்மதியாக வாழ்ந்துவிட முடியும்?' - இந்த வரிகள் பெரும்பான்மைப் பெண்களின் கையறு நிலையைப் பிரதிபலிக்கின்றன.

தோழரின் கல்யாண வாழ்க்கை கொடுமையான ஓர் அத்தியாயம். சந்தேகப்படும் கணவனின் அடியும் உதையுமான வாழ்வில் மகன் பிறந்ததுதான் ஒரே நம்பிக்கையும் சந்தோஷமும் என்கிறார். கணவனின் சண்டைகளோடும் அடிகளோடும் போர்க்களமாகத் தொடர்ந்தது அவரின் வாழ்க்கை. இதற்கிடையில் நண்பர்களோடு ஆசிரியர் சங்கப் பணிகள். கணவனின் அடிஉதையால் மருத்துவமனையில் சேர்ந்து சிகிச்சைப் பெற வேண்டிய நிலை, தற்கொலை முயற்சிகள், மோசமான உடல்நிலை...

'இத்தனை கொடுமைகளுக்குப் பிறகும் நான் ஏன் வெளியே வரவில்லை என்றால், இந்தச் சமூக அமைப்பைக் கண்டு பயந்தேன், பெண்கள் வேலைக்குச் சென்று வருவதையே தவறாகப் பேசிய காலம், ஆண்துணையின்றி தனியாக வாழ்வது அவ்வளவு எளிதான காரியம் அல்ல என்று நினைத்தேன். அத்துடன் தனியாக வரும் என்னை அரவணைக்க என் குடும்பம் ஒரு நாளும் தயாராக இல்லை என்பதும் என்னை எந்த ஒரு முடிவையும் எடுக்கவிடாமல் தடுத்தது. ஒருவேளை அப்போதே நான் இடதுசாரி இயக்கத்தில் இருந்திருந்தால் இவ்வளவு மோசமான வாழ்க்கையில் உழன்று கொண்டிருந்திருக்க மாட்டேன்' என்ற தோழர் மோகனாவின் வார்த்தைகள், பெண்ணுக்கெதிரான ஆணாதிக்கச் சமூக அமைப்பையும், வன்முறையான குடும்ப அமைப்பையும், இடதுசாரி இயக்கம் போன்ற முற்போக்கு இயக்கங்கள் பெண்ணுக்கு அளிக்கும் துணிவையும், நம்பிக்கையையும் கோடிட்டுக் காட்டுகின்றன.

மகன் நம்பிக்கையளிக்க, நண்பர்கள் உதவி செய்ய, கணவனை விவாகரத்து செய்துவிட்டு நிம்மதியாக வாழ்க்கையைத் தொடர்கிறார். மகனுடன் சேர்ந்து தமிழ்நாடு அறிவியல் இயக்க நிகழ்ச்சிகளுக்குப்

போகிறார், பங்களிக்கிறார். மகனைச் சமூகச் செயல்பாடுகளுடன், அரசியல் புரிதலுடன், அறிவியல் திறத்துடன் வளர்க்கிறார். 'வழக்கமான அம்மா மகனாக நாங்கள் இருக்க மாட்டோம் என்று இருவருமே சொல்லிக்கொள்வோம்' என்று மோகனா தோழர் மகிழ்வுடன் சொல்கிறார்.

அன்பான நண்பர்கள் சூழ்ந்தது தோழரின் வாழ்க்கை. 'பாலினம் கடந்த நட்பை நானும் அருணந்தியும் கொண்டிருந்தோம்' என்று தன் ஆசானும் நெருங்கிய நண்பருமான அருணந்தியைப் பற்றிக் கூறுகிறார். தோழர் மோகனாவிற்கு ஏராளமான நண்பர்கள் இருக்கிறார்கள். பழனியில் அவர் இல்லம் நண்பர்களுக்கான இல்லம் மட்டுமல்ல, உதவி தேவைப்படும் யாரும் வந்து தங்கிச் செல்வதற்கான இடமாக இருக்கிறது என்பதைத் தோழர் இயல்பாகக் குறிப்பிடுகிறார்.

அறிவொளி இயக்கம், மூட்டா, தமிழ்நாடு அறிவியல் இயக்கம் என்று பல தளங்களில் மோகனா தோழர் மிக முக்கியப் பணிகளைச் செய்துள்ளார். 'சம்பள உயர்வு, மருத்துவ விடுப்பு, 3 மாத மகப்பேறு விடுப்பு என்று இன்றைக்குக் கல்லூரி ஆசிரியர்கள் அனுபவிக்கும் சலுகைகள் ஒவ்வொன்றுக்கும் அன்றைய மூட்டா தோழர்களின் ஒப்பற்ற போராட்டங்களும் தியாகங்களுமேதான் காரணம்' என்று போராட்ட வரலாற்றை நினைவுகூர்கிறார்.

'என் அறிவை விசாலப்படுத்தியதிலும், என்னை ஓர் ஆளுமையாகச் செதுக்கியதிலும் தமிழ்நாடு அறிவியல் இயக்கத்துக்குப் பெரும் பங்கு இருக்கிறது' என்று நன்றியுடன் கூறும் மோகனா தோழர், கிட்டத்தட்ட 34 ஆண்டுகளாக இந்த இயக்கத்தில் பல காத்திரமான பணிகளை முன்னெடுத்து, முக்கியப் பங்காற்றியுள்ளார். இந்தியா முழுக்கப் பயணித்துள்ளார்.

'தமிழ்நாடு அறிவியல் இயக்கத்தின் துணைத்தலைவராக மூன்று முறையும், 'சமம்' அமைப்பின் மாநில ஒருங்கிணைப்பாளராக இரண்டு முறையும் தேர்ந்தெடுக்கப்பட்டேன், ஆனாலும், ஒரு பெண் அறிவியல் இயக்கத்தின் தலைவராக வருவதற்கு கால் நூற்றாண்டு காலம் ஆகியிருக்கிறது. இயக்கத்துக்கான என்னுடைய உழைப்பையும் அர்ப்பணிப்பையும் வைத்து மட்டுமே இந்தக் கேள்வியை எழுப்புகிறேன். பெண் என்ற காரணத்துக்காக மட்டுமே எனக்கு இத்தனை காலம் இந்தப் பொறுப்பு வழங்கப்படவில்லை என்ற முடிவுக்கு வருகிறேன்' என்ற தோழரின் ஆதங்கம், பெண்ணுக்குத் தலைமைப் பொறுப்பது அளிப்பதில் முற்போக்கு இயக்கங்களுக்குக்கூட மனத்தடை இருப்பதைச் சுட்டிக் காட்டுகிறது.

'அறிவொளி இயக்கம் என்பது பெண்களின் இயக்கம். படித்தோரும் கற்பித்தோரும் பெரும்பாலும் பெண்களே. வீதியில் உட்கார்ந்து பலரும் பார்க்கப் படிப்பது ஆண்களுக்கு கௌரவப் பிரச்னையாக இருந்தது. சிவகங்கையில் அறிவொளி மூலம் இஸ்லாமியப் பெண்கள் கற்பிக்கவும்,

கற்றுக்கொள்ளவும் வீதிக்கு வந்ததை முக்கியமான மாற்றமாகக் கருதுகிறேன்' என்ற தோழரின் கூற்றுகள் வரலாற்றுப் பதிவுகள்.

தன்னுடைய பல்வேறு தொழிற்சங்கப் பணிகளை விவரிக்கும் தோழர், 'இப்போது துப்புரவுத் தொழிலாளர்களின் உரிமைகளுக்காகப் போராடி வருவதைத்தான் முக்கியமான, திருப்தியான பணியாகக் கருதுகிறேன். தமிழ்நாட்டில் கையால் மலம் அள்ளுவதை முற்றிலும் ஒழிக்கும்வரை என் போராட்டம் தொடரும்' என்று அறிவிக்கிறார்.

2011-ல் வந்த மார்பகப் புற்றுநோயைத் தீரத்துடனும் தன் அறிவியல் அறிவுடனும் எதிர்கொண்டு, அறுவை சிகிச்சை, கீமோதெரபி மூலம் குணமாக்கி, புதிதாக 'தாய்ச்சி' தற்காப்புக்கலையைக் கற்றுக்கொண்டு, உடலை வலுவாக மீட்டெடுத்தது பிரமிக்க வைக்கிறது. வெளிநாட்டில் இருக்கும் அவர் மகன் உடனே வர இயலாத சூழலில், சிகிச்சையில் இருந்த காலகட்டத்தில் அவருக்குத் துணையாக இருந்து உதவியது தோழமைகள்தாம் என்று அன்போடு கூறுகிறார்.

பயணங்களின் காதலியான தோழர் மோகனா, 2017-2019 ஆண்டுகளில் அறிவியல் இயக்கப் பணிகளுக்காகப் பயணித்த தூரம் 1,42,000 கி.மீ. ஒவ்வொரு மாதமும் சுமார் 10,000-14,000 கி.மீ தூரம் வரை பயணித்திருக்கிறார். புற்றுநோய் சிகிச்சைப் பிறகும் அவரின் இந்த அயராத உழைப்பு அசர வைக்கிறது. இன்றும் பயணித்துக்கொண்டே இருக்கிறார்.

'கிராமத்தில் பிறந்து, கல்விக்காகப் போராடி, கல்லூரியில் வேலை செய்தாலும் என்னுடைய வாழ்க்கையை அடுத்த நிலைக்கு எடுத்துச் சென்றவை சமூகத்துக்கான இயக்கங்கள்தாம்' என்று தெரிவிக்கும் தோழர் மோகனாவின் வார்த்தைகளில் நாம் நிறைய கற்றுக்கொள்ள வேண்டியுள்ளது. சமூகச் செயல்பாடுகளுடன் ஒவ்வொரு பெண்ணும் வாழ்க்கையை அமைத்துக்கொண்டால், சொந்த வாழ்க்கை சவால்களையும், உடல் சார்ந்த சவால்களையும் துணிவுடன் வென்றெடுக்கலாம் என்பதற்கு இவரது பெருவாழ்வே சாட்சி. நம்மிடையே இயங்கிக்கொண்டிருக்கும் மோகனா தோழர் உள்ளிட்ட சக தோழிகளை அன்போடு கொண்டாடுவோம். அவர்களிடமிருந்து உத்வேகத்தை பெற்றுக்கொள்வோம் தோழர்களே!

# ஆஸ்க் த செக்ஸ்பர்ட்

‘நான் கல்யாணம் செய்துகொள்ள வேண்டும் என்று என் குடும்பம் நிர்பந்திக்கிறது. வரும் பெண் கன்னியாகத்தான் இருப்பாள் என்று நான் எப்படி உறுதி செய்துகொள்வது?’

‘நீங்கள் கல்யாணமே செய்துகொள்ள வேண்டாம் என்று நான் ஆலோசனை கூறுகிறேன். துப்பறிவாளர்களை நியமித்தால் ஒழிய இதனைக் கண்டுபிடிக்க முடியாது. உங்களின் சந்தேகப் புத்திக்கு எந்தப் பெண்ணும் இலக்காகிவிடக் கூடாது. பாவம், அவர்களை விட்டுவிடுங்கள்!’

‘மும்பை மிரர்’ நாளிதழில் வெளியான டாக்டர் வாட்ஸாவின் இந்தப் பதிலைப் படிக்கும்போது அவருக்கு ஏன் ஏகப்பட்ட பெண் வாசகர்கள் இருந்தார்கள் என்ற ரகசியம் புரிகிறது. இந்தியாவின் மிக மூத்த செக்ஸாலஜிஸ்ட் டாக்டர் மஹிந்தர் வாட்ஸா. தனது 96-வது வயதில் காலமானார்.

இவர் 2005-ம் ஆண்டில் ஆரம்பித்து தொடர்ச்சியாக, வாரத்தின் ஏழு நாட்களும் மும்பை மிரர் நாளிதழில் ‘ஆஸ்க் த செக்ஸ்பர்ட்’ (Ask the Sexpert) பத்தியில், செக்ஸ் தொடர்பான வாசகர்களின் கேள்விகளுக்குப் பதில் எழுதி வந்தார். இறப்பதற்கு ஒரு வாரம் முன்பு வரை எழுதியிருக்கிறார்.

இவரைப் பற்றி ‘ஆஸ்க் த செக்ஸ்பர்ட்’ (Ask the Sexpert) என்ற ஆவணப்படத்தை நெட்ஃப்ளிக்ஸில் பார்த்தேன். அருமையான ஆளுமை டாக்டர் வாட்ஸா! செக்ஸ் தொடர்பான விஷயங்களை நகைச்சுவை ததும்ப, அறிவியல் ரீதியாக, யதார்த்தமாகப் பதிலளிப்பதாகட்டும், தன்னைச் சந்திக்க வரும் அனைவருடனும் அன்புடன் உரையாடுவதாகட்டும், மனிதர் உயிர்ப்புடன் வாழ்ந்திருக்கிறார்.

குறிப்பாகப் பெண்களிடமும் பெண் தொடர்பான விஷயங்களிலும் அவர் காட்டும் கரிசனமும் பரிவும் குறிப்பிடத்தக்கது. செக்ஸில் பெண்ணுரிமை, வசதி, இன்பம் என்று எதிலும் அவர் பெண்களை விட்டுக்கொடுக்காதவராக இருந்திருக்கிறார்.

டாக்டர் வாட்ஸா, அடிப்படையில் மகப்பேறு மருத்துவர். தன்னுடன் மருத்துவம் படித்த சகமாணவி புரோமிளாவை நேசித்தார். இருவரும் தத்தமது மதங்களைக் கடந்து வாழ்வில் இணைந்தனர். 1950களில் மகப்பேறு மருத்துவராகப் பணிபுரிந்துவந்த வாட்ஸா, அறுபதுகளில் ஃபெமினா உள்ளிட்ட பல்வேறு மகளிர் இதழ்களில் மருத்துவ ஆலோசனைப் பத்திகளை எழுதினார். டாக்டர் வாட்ஸாவிடம் எழுப்பப்படும் கேள்விகள் வாசகர்களிடமிருந்து வருவதல்ல, பத்திரிகையின் விற்பனையை அதிகரிக்க, ஆசிரியர் குழுவே புனைவாக உருவாக்குவது, ஆபாசமாக இருக்கிறது என்று ஃபெமினா இதழின் வாசகர் அதன் மீது வழக்கு தொடர்ந்தார். சாக்குப் பைகளில் பிரிக்கப்படாமல் இருக்கும், வாட்ஸாவுக்கு வரும் கடிதங்களை, பத்திரிகையாசிரியர் நீதிபதியிடம் காட்ட வழக்கு தள்ளுபடியானதாம்.

தனது பத்திகளுக்கு வரும் கேள்விகள் வாயிலாக எவ்வளவு அறியாமையில் மக்கள் இருக்கிறார்கள் என்று அறிந்த வாட்ஸா, இந்த நாட்டில் செக்ஸ் கல்வி அளிக்கவும், ஆலோசனை வழங்குவதற்குமான ஒரு திட்டம் வேண்டும் என்று இந்தியக் குடும்பக் கட்டுப்பாட்டு சங்கத்திடம் (FPAI) 1974-ம் ஆண்டில் பரிந்துரைத்தார். பல்வேறு எதிர்ப்புகளுக்கிடையே, அவரது ஆலோசனையை ஏற்ற சங்கம் இந்தியாவின் முதல் செக்ஸ் கல்வி, கவுன்சலிங் மற்றும் தெரபி மையத்தைத் துவக்கியது. மனிதனின் பாலியியல் மற்றும் குடும்ப நலத்திற்கான முதல் கருந்தரங்கை 1976-ம் ஆண்டில் டாக்டர் வாட்ஸா நடத்தினார். 1980-களின் துவக்கத்தில் மருத்துவப் பணியை விட்டுவிட்டு முழுக்க முழுக்க செக்ஸ் கல்வி பற்றி விழிப்புணர்வை ஏற்படுத்துவதில் ஈடுபட்டார். நம் நாட்டில் செக்ஸ் கல்விக்கான விதையை ஊன்றிய பெருமை அவரையே சாரும்.

இந்தியாவில் செக்ஸ் பற்றி வெளிப்படையாகப் பேசுவதும், ஆரோக்கியமாக விவாதிப்பதும் மறுக்கப்பட்ட ஒன்றாகவே இருக்கிறது. கல்யாணமாகும் வரை பெண்ணுக்கும் ஆணுக்கும் செக்ஸ் பற்றி எதுவும் தெரிந்துவிடக் கூடாது என்பதில் கவனமாக இருக்கும் சமூகம், கல்யாணமான அன்று இரவே அவர்களுக்கு எல்லாம் தெரிந்திருக்க வேண்டும் என்று எதிர்பார்ப்பது என்னவொரு முட்டாள்தனம். வீட்டில் பெற்றோரும் உறவினர்களும் குழந்தைகளிடம் செக்ஸ் பற்றிப் பேசமாட்டார்கள், வழிகாட்ட மாட்டார்கள். இது ஒருபுறம் என்றால், பள்ளிகளில் செக்ஸ் கல்வி கூடாது என்ற கூப்பாடு மறுபுறம். பிறகு எப்படித்தான் அடுத்த தலைமுறை ஆரோக்கியமான செக்ஸ் கல்வியைப் பெற முடியும்? இன்றைய நிலையில் தன்னுடைய தோழமைகளிடம் அரைகுறையாகப் பேசித் தெரிந்துகொள்வதும், இணையத்தில் பார்த்து அறிந்து கொள்வதுமாகத்தான் இருக்கிறார்கள். ஆனால், அடுத்த தலைமுறையினர் தமக்கு இயல்பாக எழும் கேள்விகளையும் சந்தேகங்களையும் கேட்கவும் தெளிவுபெறவும்,

வெளிப்படையான, ஆரோக்கியமான வழிமுறை இங்கே இல்லை. இதனால், இளம்தலைமுறையினர், குறிப்பாகப் பெண்கள்தாம் அதிகம் பாதிக்கப்படுகிறார்கள்.

பெண்களுக்கு, தன்னுடைய உடலைப் பற்றி இந்த ஆணாதிக்கச் சமுதாயம் சொல்லித் தருவதில்லை. அதே நேரத்தில், எதிர்மறையாக உடலைப் பற்றிய குற்றவுணர்வை அவர்களிடம் உருவாக்குகிறது. 'உடம்பு தெரியற மாதிரி ட்ரெஸ் போடாதே. சத்தமா சிரிக்காதே. துப்பட்டா போடு. ஷார்ட்ஸ் போடாதே' என்றெல்லாம் வரும் கட்டளைகளாலும் அவர்களது உடல் பாதுகாப்பைக் காரணம் காட்டி சுதந்திரத்தைத் தடைசெய்வதாலும், அவர்களுக்குத் தன் உடல் மீதே வெறுப்பும் கோபமும் ஏற்படுகிறது.

மாதவிடாய், மகப்பேறு, பிரசவம் என்று மேலோட்டமான புரிதல் பெண்களுக்கு இருந்தாலும், செக்ஸ் தொடர்பான விஷயங்களில் பெரும்பாலானவர்களுக்குத் தெளிவு இல்லை; சரியான வழிகாட்டுதல் இல்லை. இன்னும் சொல்லப்போனால், கல்யாணத்திற்கு முன்பு ஒரு பெண் இதனைத் தெரிந்து வைத்திருப்பதையே, கணவனும் குடும்பமும் சமுதாயமும் 'குற்றமாகவும் தகுதிக்குறைவாகவும்' கருதுகின்றன. 'அவளுக்கு ஒன்றும் தெரியாது' என்பதுதான் 'நல்ல பெண்'ணுக்கான அடையாளமாகக் கருதப்படுகிறது.

இத்தகைய சூழலில்தான் டாக்டர் மஹிந்தர் வாட்சா போன்ற, பெண் உடலை அறிந்த, இன்பம்துய்ப்பதில் அவளுக்குள்ள உரிமையை உணர்ந்த, அதனைப் பெண்ணுக்கும் ஆணுக்கும் சொல்லித் தந்து விழிப்புணர்வை ஏற்படுத்தும் மூத்த மருத்துவர்களுக்கான தேவை அதிகமாக இருக்கிறது. 'ஆஸ்க் த செக்ஸ்பர்ட்' ஆவணப்படத்தில் பல இளம்பெண்கள், டாக்டர் வாட்ஸா 'மும்பை மிரர்' நாளிதழில் எழுதும் பத்தியைத் தினமும் படிப்பதாகவும், அதன் மூலம் செக்ஸ் குறித்த பல விஷயங்களைத் தெரிந்துகொண்டு தெளிவு பெற்றதாகவும் மகிழ்ச்சியுடன் கூறுகிறார்கள். படத்தில் தன்னிடம் ஆலோசனைக்கு வரும் தம்பதிகளில், மனைவியை மகிழ்ச்சிப்படுத்த 'ஃபோர்ப்ளே' செய்வது முக்கியம் என்றும், செக்ஸில் மனைவி சந்தோஷப்படுகிறாரா என்று கேட்டறியுமாறும் கணவனிடம் வாட்ஸா அறிவுறுத்துகிறார்.

பெண் குழந்தைகளுக்கான நூல்களை அவர்களுக்கு மட்டுமல்ல, ஆண் குழந்தைகளுக்கும் வாங்கித் தரவேண்டும். அதேபோல், ஆண் குழந்தைகளுக்கான நூல்களை, அவர்களுக்கு மட்டுமல்ல, பெண் குழந்தைகளுக்கும் வாங்கித் தரவேண்டும்.

'மும்பை மிரர்' பத்தியில் இடம்பெற்ற கேள்விகள் மற்றும் அவர் எழுதிய பதில்களைத் தொகுத்து 'இட்ஸ் நார்மல்' (It's Normal) என்ற நூலை டாக்டர் வாட்ஸா வெளியிட்டிருக்கிறார். மாஸ்டர்பேசன், ஜி-ஸ்பாட், டீனேஜ் பிரச்னைகள் உள்ளிட்ட பல்வேறு கேள்விகளுக்கு எளிமையாகவும் நகைச்சுவையுடனும் அவர் அளித்திருக்கும் பதில்கள், செக்ஸ் மற்றும் பாலியல் பற்றிய விழிப்புணர்வை வாசகர்களுக்கு ஏற்படுத்துகின்றன.

டாக்டர் வாட்ஸாவைப் பற்றிய ஆவணப்படத்தை, ஒரு தனிமனிதர், மருத்துவரைப் பற்றிய படமாக நான் கருதவில்லை. இந்தியாவில் செக்ஸ் கல்வி, அதற்கு வரும் எதிர்ப்புகள், பத்திரிகை பத்திகளை எதிர்த்து வழக்குகள், கலாச்சாரம் என்ற பெயரிலான மனத்தடைகள், மக்களிடம் (நகர்ப்புற மக்களிடம்கூட) அறிவியலும் அடிப்படையான வாழ்க்கைக் கல்வியும் சென்று சேராததால் இன்றும் இருக்கும் அறியாமை என்று பலவற்றையும் படம் பதிவு செய்துள்ளது.

அடுத்த தலைமுறையினருக்குத் தம் உடல், பாலியல், செக்ஸ் பற்றிய சரியான புரிதலைத் தரும் பொறுப்பு நம் ஒவ்வொருவருக்கும் உள்ளது. வீட்டிலிருந்து இதைத் தொடங்கலாம். பத்து வயதுக்குட்பட்ட குழந்தைகளுக்கு 'When Girls grow up', 'When Boys grow up', 'Menstrupedia' போன்ற எளிய நூல்களை வாங்கித் தாருங்கள். பெண் குழந்தைகளுக்கான நூல்களை அவர்களுக்கு மட்டுமல்ல, ஆண் குழந்தைகளுக்கும் வாங்கித் தரவேண்டும். அதேபோல, ஆண் குழந்தைகளுக்கான நூல்களை, அவர்களுக்கு மட்டுமல்ல... பெண் குழந்தைகளுக்கும் வாங்கித் தரவேண்டும். இருபாலரும் தம்மைப் பற்றிய புரிதலோடு, எதிர்பாலரின் உடலையும் பாலியலையும் புரிந்துகொள்வது அவசியம். பதின்ம வயதினருக்கு அதற்கேற்ற நூல்களையும் இளம்பெண்களுக்கும் இளைஞர்களுக்கும் டாக்டர் வாட்ஸாவின் நூல் போன்றவற்றையும் வாங்கிப் பரிசளிக்கலாம்.

அன்புத் தோழர்களே, இனியும் செக்ஸ் பற்றிய ஆரோக்கியமான விவாதங்களை மறைமுகமாக வைத்திருப்பது, நாகரிக சமுதாயத்திற்கு அழகல்ல. வயதுவந்த மனிதர்களின் நியாயமான உடல்தேவை நிறைவேறாமல், அவர்கள் மகிழ்ச்சியுடன், சிறந்த உடல்நலத்துடன் வாழ்வதோ சமுதாயம் வளர்ச்சியை நோக்கி நகர்வதோ சாத்தியமில்லை. அதற்கான விழிப்புணர்வையும் அறிவையும் தருவது மிக முக்கியம். புத்தகங்களின் உதவியுடன், குறைந்தபட்சம் வீட்டிலிருந்து உரையாட ஆரம்பிக்கலாம். பெண் குழந்தையும் ஆண் குழந்தையும் தன் பெற்றோரிடம் தயக்கமின்றி எதையும் பேசலாம் என்ற நம்பிக்கையை வளர்த்தெடுப்பது பெற்றோர் கையில்தான் உள்ளது. அதேபோல, கணவனிடம் தனது செக்ஸ் தேவைகளைப் பற்றித் தயக்கமின்றி பேசலாம் என்று மனைவிக்கு நம்பிக்கை அளிப்பதும் கணவனிடம்தான் உள்ளது. ஆரம்பிப்போம்.

கீதா இளங்கோவன்

# மனைவியை நேசிப்பவர்கள் வாசக்டமியை வேண்டாம் என்று சொல்ல மாட்டார்கள்!

மலையோர கிராமத்தில் எஸ்டேட்டில் வேலை செய்யும் பெண்மணி ஒருவரிடம் பேசிக்கொண்டிருந்தேன். அவர் வீட்டு விஷயங்களை எல்லாம் சொல்ல ஆரம்பித்தார். "எனக்கு நாலு குழந்தைகள், மூத்தது பொண்ணு, அடுத்தது பையன், அப்புறம் ரெண்டு பொண்ணுங்க. இரண்டோட நிறுத்திக்கிறேன்னு சொன்னா எங்க பாட்டி விடவே மாட்டேன்னுச்சு. அவங்க குழந்தைங்க ரெண்டு செத்து போயி, ஒண்ணுதான் தங்கிச்சாம். ஒத்த புள்ளையை வச்சுக்கிட்டு வயசான காலத்துல நான் கஷ்டப்படுற மாதிரி நீயும் படக்கூடாதுன்னு ஏதேதோ சொல்லி, நாலு குழந்தைங்க ஆயிடுச்சுங்க. இனி பெத்தா வளர்க்க முடியாதுன்னு, நான்தான் போயி, கவர்மெண்ட் ஆசுபத்திரியில குடும்பக் கட்டுப்பாடு ஆபரேசன் பண்ணிக்கிட்டேன்."

"அப்படியா, ஏன் உங்க வீட்டுக்காரரைப் பண்ணிக்கச் சொல்லலையா?" என்று கேட்டேன்.

"நீங்க வேற, என்னையே ஆபரேசன் செஞ்சுக்க வேண்டாம்னு சொல்ற வீட்டுல அவர்கிட்ட போயி என்னத்தப் பேசறது? என்னோட பிடிவாதத்தாலதான் நானே போயி ஆபரேசன் பண்ணிக்கிட்டேன். அதுக்கப்புறம் உடம்பு முன்ன மாதிரி இல்லங்க. சத்தே போயிட்ட மாதிரி இருக்கு, தொடர்ச்சியா வேலை செஞ்சா வயித்துல இழுத்துப்புடிக்குது, நரம்பெல்லாம் இழுக்கற மாதிரி வலிக்குது, வெயிட் தூக்க முடியல, கஷ்டமா இருக்கு..." என்று வருத்தப்பட்டார்.

அந்தப் பெண்மணிக்கு மட்டுமல்ல, குடும்பக் கட்டுப்பாடு செய்துகொண்ட பெரும்பாலான பெண்களின் நிலை இதுதான். ஆனாலும் இந்த ஆணாதிக்கச் சமுதாயம் பெண்களைத்தான் குடும்பக் கட்டுப்பாடு செய்யச் சொல்லி நேரடியாகவும் மறைமுகமாகவும் வலியுறுத்துகிறது. 2017-2018-ம் ஆண்டில் இந்தியாவில் நடைபெற்ற குடும்பக் கட்டுப்பாட்டு சிகிச்சைகளில் 93.1 சதவிகிதம் பெண்கள்

செய்துகொண்டதுதான் என்று மத்திய சுகாதார மற்றும் குடும்ப நல அமைச்சகத்தின் புள்ளிவிவரம் தெரிவிக்கிறது. இதில் தமிழ்நாட்டைப் பொருத்தவரை 2,55,858 பெண்கள் குடும்பக்கட்டுப்பாடு செய்திருக்க, ஆண்களின் எண்ணிக்கையோ 2,401 மட்டுமே. இரண்டரை லட்சம் எங்கே, இரண்டாயிரத்து நானூறு எங்கே?

பெண் உடல் என்பது அவர்களது கட்டுப்பாட்டில் இல்லை. பெண் எப்போது குழந்தை பெறவேண்டும் என்பதைக் குடும்பமும் சுற்றமும்தான் தீர்மானிக்கின்றன. இரண்டு குழந்தைகள் ஆன பிறகு, இனி குழந்தைகள் வேண்டாம் என்று கணவனும் மனைவியும் முடிவெடுக்கும் போதும், குடும்பக் கட்டுப்பாட்டை மனைவிதான் செய்துகொள்ளவேண்டும் என்பது இங்கு எழுதப்படாத விதியாக இருக்கிறது. பெரும்பாலும் இரண்டாவது குழந்தை பெற்றெடுக்கும் போதே, அதனுடன் சேர்த்துப் பெண்ணுக்குக் குடும்பக் கட்டுப்பாடு சிகிச்சையைச் செய்துவிடுவதும் இங்கு வழக்கமாக இருக்கிறது. இதில் அந்தப் பெண்ணின் விருப்பத்தை, வசதியை யாரும் கேட்பதில்லை. பெண்ணுடல் take it for granted ஆக உள்ளது. மட்டுமல்ல, ஏன் கணவன் செய்துகொள்ளக் கூடாது என்றும் யாரும் கேள்வி கேட்பதில்லை. குறிப்பாக, அந்தப் பெண் கேட்பதே இல்லை.

பெண்ணைவிட ஆணுக்கு வாசக்டமி என்ற இந்தச் சிகிச்சை முறை மிக எளிமையானது. ஆணுக்கு லோகல் அனஸ்தீஸியா எனப்படும் சிகிச்சைக்கான குறிப்பிட்ட இடத்தை மட்டும் மரத்துப் போகச் செய்து, 15 நிமிடங்களில் செய்து முடித்துவிடலாம். வலியிருக்காது. அன்றே மருத்துவமனையிலிருந்து வீட்டுக்கு வந்து ஒரு நாள் ஓய்வுக்குப் பிறகு வழக்கமான பணிகளைத் தொடரலாம். ஆனால், பெண்ணுக்குச் செய்யப்படும் 'டியூபெக்டமி' எனப்படும் குடும்பக் கட்டுப்பாட்டு சிகிச்சைமுறை சிக்கலானது. ஜெனரல் அனஸ்தீஸியா எனப்படும் முழு மயக்கநிலைக்குப் பெண்ணை உள்படுத்தி செய்யப்படுவது. மருத்துவமனையில் சில நாட்கள் தங்க வேண்டும். சிகிச்சைக்குப் பிறகு வலியிருக்கும். டியூபெக்டமி செய்துகொண்ட பெண்கள், பக்க விளைவுகள் நிறைய இருப்பதாகச் சொல்கிறார்கள்.

ஆண்களுக்கு எளிமையான முறையான வாசக்டமியை விட்டுவிட்டு, ஏன் பெண்களுக்குச் சிக்கலான டியூபெக்டமி அதிகமாகச் செய்யப்படுகிறது? முக்கியமான காரணம் ஆணாதிக்கம்தான். குடும்பத்தின் நலனுக்காகச் செய்தாலும், அது ஆணைப் பாதித்துவிடக் கூடாது, அவனைச் சிறிதளவும் கஷ்டப்படுத்தக் கூடாது என்று பொதுப் புத்தி கருதுகிறது. மேலும், வாசக்டமியைக் குறித்துப் பல தவறான கருத்துகள் இங்கே நிலவுகின்றன. இந்தச் சிகிச்சைக்குப் பிறகு, ஆண்களுக்கு 'ஆண்மை' குறைந்துவிடும் என்றும், 'வீரியம்' இருக்காது என்றும், செக்ஸில் செயல்பட முடியாது என்றும், வலு குறைந்துவிடும் என்றும் எண்ணுகிறார்கள். இவை முழுக்க முழுக்க தவறான கருத்துகள்.

இந்தச் சிகிச்சைக்குப் பிறகு செக்ஸ் மீதான ஆர்வமும் ஆணின் இயக்கமும் குறையாது என்று மருத்துவர்கள் தெளிவாகத் தெரிவிக்கிறார்கள். வாசக்டமி செய்துகொண்ட ஆண்களும் தாங்கள் முன்பு போலவே இருப்பதாகவும், இந்தச் சிகிச்சையால் எந்த மாற்றமும் இல்லை என்றும் உறுதியாகக் கூறுகிறார்கள். ஆனாலும் வாசக்டமி முறை இன்னும் இங்கே பரவலாகச் செய்யப்படுவதில்லை.

வாசக்டமிசெய்ய ஆண்கள் தயங்குவதுதான் யதார்த்தமாக இருக்கிறது. 'அவன் சம்பாதிக்கற ஆம்பளை. அவன் உடம்பு நல்லாயிருக்கணும். அவனைப் போயி இதெல்லாம் செய்யச் சொல்லணுமா?' என்று குடும்பமும் அவனுக்கு ஆதரவாகப் பேசுகிறது. பல இடங்களில் பெண்களே 'கணவனுக்கு வேண்டாம்... நானே குடும்பக் கட்டுப்பாடு சிகிச்சையைச் செய்துகொள்கிறேன்' என்று முன்வருகிறார்கள். இதற்குக் காரணங்கள்: குடும்பத்தின், கணவனின் வற்புறுத்தல். வாசக்டமி, டியூபெக்டமி பற்றிய சரியான அறிவியல் புரிதல் இல்லாதது. புரிதல் இருந்தாலும் கணவன் ஒப்புக்கொள்ள மாட்டான் என்று எண்ணிக்கொண்டு, அவனிடம் அதைப் பற்றிய பேச்செடுக்காமல் தானே முன்வருவது. தன் உடலைப் பற்றி அறிவு இல்லாமல், எதுவந்தாலும் தான் ஏற்றுக்கொள்வோம் என்ற தன்-நேசம் இல்லாத 'தியாகத் திருவுரு' மனப்பான்மை. இதனால் டியூபெக்டமியால் ஏற்படும் வலியையும் பக்க விளைவுகளையும் சகித்துக்கொண்டு வாழ்கிறார்கள் நம் பெண்கள். இதில் முற்போக்குப் பேசும் பெண்களும் இருக்கிறார்கள் என்பதுதான் கசப்பான உண்மை.

வாசக்டமியைப் பிரபலப்படுத்தவும் இதனைச் செய்துகொள்ளுமாறு ஆண்களை ஊக்கப்படுத்தவும் அரசு தரப்பிலும் போதிய முயற்சிகள் இல்லை. இதனை அரசுகளும் முடுக்கிவிட வேண்டும்.

பல ஆண்டுகளுக்கு முன்பு, ஆவணப்பட இயக்குநர் தீபா தன்ராஜ் இயக்கிய 'சம்திங் லைக் எ வார்' என்ற படத்தைப் பார்த்தது நினைவுக்கு வருகிறது. அதில், அரசின் மக்கள் தொகை கட்டுப்பாட்டுத் திட்டத்தில், பெண்ணின் உடல், அவள் அனுமதியைக் கோராமல், அவள் உரிமையைப் பற்றித் துளிகூட கவலைப்படாமல், மக்கள் தொகையைக் கட்டுப்படுத்த எப்படிப்

> நம் உடலை நாம்தான் காக்க வேண்டும். பெண்களே... தேவையில்லாமல் டியூபெக்டமி செய்துகொண்டு உங்கள் உடலைச் சிரமப்படுத்தாதீர்கள்.

பயன்படுத்தப்படுகிறது என்பதை விளக்கியிருப்பார். படத்தில், லேப்ராஸ்கோபி முறையைப் பயன்படுத்தி எவ்வளவு விரைவாகப் பெண்களுக்குக் குடும்பக் கட்டுப்பாடு சிகிச்சையைத் தான் செய்கிறேன் என்று மருத்துவரொருவர் தன் பெருமையைப் பறைசாற்றுவார். அதில் தன் சாதனை எண்ணிக்கையில்தான் அவர் குறியாக இருப்பாரே தவிர, பெண் உடலைப் பற்றிய எந்த உணர்வும் இன்றி அவர்களை 'கேசஸ்' என்றே விளிப்பார். மனதைக் கனக்கச் செய்த படம் அது. பெண் உடலைப்பற்றிக் குடும்பத்திற்கும் கவலையில்லை, சமுதாயத்திற்கும் கவலையில்லை, அரசுக்கும் கவலையில்லை. அறிவியலும் இவர்களின் ஆணாதிக்கத்திற்குத் துணை போகிறது.

இந்த நிலையில் பெண்தான் வாசக்டமி பற்றித் தன் கணவனிடம் எடுத்துக் கூறி, அவனைச் செய்யச் சொல்ல வேண்டும். குடும்பக் கட்டுப்பாட்டைப் பற்றி இருவருமோ குடும்பமோ முடிவெடுக்கும்போது வாசக்டமி பற்றிப் புரிய வைக்க வேண்டிய முதல் பொறுப்பைப் பெண்கள் கையில் எடுக்க வேண்டும். நம் உடலை நாம்தான் காக்க வேண்டும். பெண்களே... தேவையில்லாமல் டியூபெக்டமி செய்துகொண்டு உங்கள் உடலைச் சிரமப்படுத்தாதீர்கள்.

அன்புத் தோழியரே, நீங்கள் வாசக்டமி முறையையும் இதன் எளிமைத் தன்மையையும் பற்றி வாசித்து, எழும் சந்தேகங்களை மருத்துவர்களிடம் கேட்டறிந்து முழுதாக உள்வாங்கிக்கொள்ளுங்கள். பிறகு கணவனுக்குப் புரிய வையுங்கள். கருவுற்று, நீங்கள் குழந்தை பெறுவதைவிட ஒன்றும் கடினமானதில்லை வாசக்டமி. உங்கள் கணவனுக்கு, அவர் உடலுக்கு இந்தச் சிகிச்சையால் ஒன்றும் பாதிப்பில்லை என்று உணர்த்துங்கள். அவரைச் செய்யச் சொல்லுங்கள்.

அன்புத் தோழர்களே, வாசக்டமி பற்றி நீங்கள் முழுதாகத் தெரிந்துகொண்டு 'நான் வாசக்டமி செய்துகொள்கிறேன்' என்று முன்வாருங்கள். மனைவியை, அவள் உடலைப் பரிவோடு பாருங்கள். தேவையற்ற கற்பிதங்களையும் தவறான கருத்துகளையும் ஒதுக்கிவிட்டு, அறிவியலையும் மருத்துவத்தையும் நம்புங்கள். மனைவியை நேசிக்கும் ஆண்கள் வாசக்டமியை வேண்டாம் என்று சொல்ல மாட்டார்கள்.

இனியாவது பெண்ணுடலை, அவள் உடல்சார் உரிமைகளை முன்னிலைப்படுத்துவோம். அறிவியலின் துணையோடு, அடுத்த தலைமுறைக்கான ஆரோக்கியமான முன்மாதிரிகளை உருவாக்குவோம் தோழர்களே!

கீதா இளங்கோவன்

# குடும்பமே... பெண் குழந்தையிடம் பேசு, அவளைப் பேச விடு!

சிறிது காலத்திற்கு முன்பு தோழியொருவர் பகிர்ந்துகொண்டது இன்னமும் நெஞ்சில் கனமாகத் தங்கியுள்ளது.

“என்னோட வீட்லயும் உறவினர் வட்டாரத்திலேயும் நான்தான் முதன் முதலாகப் படிச்சு பட்டம் வாங்கின பொண்ணு. எனக்குன்னு கனவு இருந்தது. என்னோட துறையில பெரிசா சாதிக்கணும்னு ஆசைப்பட்டேன். நான் விரும்பின மாதிரியே வேலை, வெளியூர்ல கிடைச்சது. குடும்பத்தை கன்வின்ஸ் பண்ணி, அங்கே போய்த் தங்கி சந்தோஷமா வேலை பார்த்தேன். அந்த ஊர்ல இருக்கும்போதுதான்... கூட வேலை பார்த்தவனாலேயே அந்தக் கொடுமையான வன்புணர்வு எனக்கு நடந்தது. ஒரு வாரம் ஆஸ்பத்திரில தங்கி ட்ரீட்மெண்ட் எடுக்க வேண்டிய கட்டாயம். ஃப்ரெண்ட்ஸ்கூட இருந்து உதவி செஞ்சாங்க.

ஒருவழியா மீண்டு வந்துட்டாலும், அப்போ வீட்ல இதப் பத்தி மூச்சே விடலை. சொல்லியிருந்தா மட்டும் என்ன செஞ்சிருப்பாங்க? நாங்க அப்பவே சொன்னோம், வெளியூருக்கெல்லாம் வேலைக்குப் போகாதேன்னு. இப்ப சீரழிஞ்சுட்டு வந்து நிக்கிற. குடும்ப மானமே போச்சுன்னு சொல்லி வீட்ல உட்கார வச்சிருப்பாங்க. அவசர அவசரமா மாப்பிள்ளை பாத்து, எவனுக்காவது என்னைக் கட்டி குடுத்திருப்பாங்க. என்னோட கனவு, வேலை எல்லாத்துக்கும் முழுக்குப் போட்டிருப்பேன்.

இப்போ, என்னோட துறையில் சாதிச்சிருக்கேன். கை நிறைய சம்பாதிக்கிறேன். விரும்பின இணையர், குடும்பம், குழந்தைன்னு சந்தோஷமா இருக்கேன். என்ன... அந்த ராஸ்கலை ஒண்ணுமே பண்ண முடியலையேங்கற கோவம் மனசில இப்பவும் இருக்கு கீதா...” என்று கண்கலங்க அவர் முடித்த போது யதார்த்தம் முகத்தில் அறைந்தது.

“வன்புணர்வு செய்தவனைச் சும்மா விடாதே, போலீஸ்ல கம்ப்ளைண்ட் பண்ணு, தண்டனை வாங்கிக்கொடு” என்று ஆளாளுக்குப் பாதிக்கப்படும் பெண்களுக்கு அட்வைஸ் செய்கிறோமே, தனக்கு நடந்த

கொடுமையைக் குடும்பத்தினரிடம்கூடச் சொல்ல முடியாத அவல நிலையில் பெண் குழந்தைகளை வைத்திருக்கிறோம் என்பது நமக்கு உறைக்கிறதா?

தனக்கு நேர்ந்த கொடுமையை வீட்டில் சொல்லாமல் என் தோழியைத் தடுத்தது எது? காவல்துறையில் புகாரளித்து, குற்றவாளிக்குச் சட்டப்படி தண்டனை தேடித்தர முடியாமல் செய்தது எது? 'உன்னோட படிப்போ வேலையோ கனவோ எதுவும் முக்கியமில்லை. இந்த ஆணாதிக்கச் சமுதாயம் சொல்ற 'கற்போட' நீ இருக்கிறாயா என்பதுதான் அதிமுக்கியம். அதற்குப் பங்கம் வந்ததுன்னா, அவ்வளவுதான். அதுக்கப்புறம், உன் விருப்பப்படி நீ எதுவும் செய்ய முடியாது. நாங்க சொல்றபடிதான் கேட்கணும்' என்பதைக் குடும்பமும் சுற்றமும் சொல்லாலும் செயல்களாலும் வலியுறுத்திக்கொண்டே இருப்பதால்தான், தனக்கு ஏற்பட்ட பாதிப்பைப் பேசவே பெண்கள் அஞ்சுகிறார்கள்.

வளர்ந்த பெண்ணுக்கே இந்த நிலை என்றால், வளரிளம் குழந்தைகளின் நிலை பற்றிச் சொல்லவே வேண்டாம். சமீபத்தில் தற்கொலை செய்துகொண்ட கோயம்புத்தூர் பள்ளி மாணவி விஷயத்திலும் வீட்டில் சொல்லக் கூடாது என்று மிரட்டியிருக்கிறார்கள். அதை அந்தக் குழந்தையும் கேட்கிறது என்றால், குடும்ப அமைப்பின் நம்பகத்தன்மை கேள்விக்குறியாகிறது.

குடும்பத்தினரிடம் தன்னைப் பற்றியோ தனது உணர்வுகளைப் பற்றியோ பேசுவதற்குப் பெண் குழந்தைகளை அனுமதிக்கிறோமா? பெண் குழந்தைகள், பெற்றோரையும் குடும்பத்தினரையும் நம்பி, தனக்கு நேரிட்ட அத்துமீறலைச் சொல்வதற்கான இடம் இருக்கிறதா? அப்படிச் சொன்னால், 'நீ ஏதாவது செஞ்சிருப்பே. இல்லாட்டி இப்படி நடக்குமா?' என்ற முன்முடிவுகள் இல்லாமல், அவர்கள் சொல்வதை, திறந்த மனதுடன், காது கொடுத்து குடும்பம் கேட்குமா? எல்லாவற்றுக்கும் இல்லை என்பதுதான் பதில்.

'நீ சொல்வதை நாங்கள் நம்புகிறோம்மா, முக்கியமாக உன்னை நாங்கள் நம்புகிறோம், உனக்கு என்ன நேர்ந்தாலும் நாங்கள் அரவணைக்கிறோம், உன்னுடன் இருக்கிறோம். நீ சொல்லும் விஷயங்களால் உன் படிப்பு தடைபடாது, உன் வேலைக்கனவுகள் தகர்ந்து போகாது, எங்களை நீ நம்பலாம். நாம் எல்லோரும் சேர்ந்து குற்றவாளிக்குத் தண்டனை வாங்கித் தரலாம்' என்கிற நம்பிக்கைதானே பெண் குழந்தைகளுக்கு நாம் அளிக்கும் மிகப்பெரிய பாதுகாப்பு. அதைக் குடும்பம் இதுவரை தரவில்லை என்பதுதான் கசப்பான உண்மை.

ஒவ்வொரு முறையும் பெண் குழந்தையோ பெண்களோ பாலியல் வன்புணர்வு செய்யப்பட்ட சம்பவங்கள் பரவலாகப் பேசப்படும்போதெல்லாம் அனைவரும் வலியுறுத்துவது, சமுதாயத்தில் பெண்ணுக்குப் பாதுகாப்பில்லை என்பதைத்தான். ஆனால், பெண்

குழந்தைக்கு, அவள் பிறந்து வளர்ந்த குடும்பம் என்ற அமைப்பே பாதுகாப்புணர்வை அளிப்பதில்லை.

'டாடிஸ் பிரின்சஸ்', 'எங்கள் வீட்டு இளவரசி' என்றெல்லாம் அடுத்த தலைமுறையினர் பெண் குழந்தைகளைக் கொண்டாடுகின்றனர். விதவிதமாக உடைகள் வாங்கிக் கொடுப்பதும், நகைகளை வாங்கிப் பூட்டுவதும், வீட்டிலிருந்து தரையில் கால்படாமல் வாகனத்தில் பள்ளிக்கூடத்திற்கு கூட்டிப்போய், பத்திரமாகக் கூட்டிவருவதும், எங்கு போனாலும் துணைக்கு ஒருவர் போவதும், மொபைல், டேப்லெட் என்று கேட்டதெல்லாம் வாங்கிக் கொடுப்பதும்... இதுவா பெண் குழந்தை வளர்ப்பு? பார்பி பொம்மை மாதிரி, உங்கள் விருப்பம் போல அவளை அழகுபடுத்தி, பொத்திப்பொத்திக் காப்பதல்ல ஆரோக்கியமான வளர்ப்பு. அவளை நிறை, குறைகளுடன் கூடிய இயல்பான ஆளுமையாக வளர்த்தெடுப்பதுதானே சரியாக இருக்க முடியும்?

> பெண் குழந்தை தனக்கு நடக்கும் பாலியல் சீண்டல்கள், அத்துமீறல்களைப் பெற்றோரிடம் பயமின்றி, நம்பிக்கையோடு சொல்லும் நிலையை முதலில் உருவாக்க வேண்டும்.

பெற்றோர், பெண் குழந்தையிடம் தினமும் உரையாட வேண்டும். அவள் கேட்கும் கேள்விகளுக்கு உளப்பூர்வமாக, நேர்மையாகப் பதிலளிக்க வேண்டும். அவளைப் பேசவிட வேண்டும். அவளது பயங்களை, கவலைகளை, உணர்வுகளை, சந்தோஷங்களைத் திறந்த மனதுடன் கேட்கும் இடமாக வீட்டை மாற்ற வேண்டும். அவளுக்கு நம்பிக்கை தரவேண்டும்.

இந்த உரையாடல் வளரிளம் பருவத்தில் மிகுந்த முக்கியத்துவம் பெறுகிறது. 'குட் டச், பேட் டச்' பற்றி சொல்லிக் கொடுப்பதோடு பெற்றோரின் பொறுப்பு முடிந்து விடுவதில்லை. பெண் குழந்தை பருவம் அடைந்த பிறகு, அவளுக்கு ஏற்படும் உணர்வுகளைப் பகிரச் செய்ய வேண்டும். இது எளிதான காரியமல்ல. மாதவிடாய் பற்றி விளக்கமளித்து, அம்மா இந்த உரையாடலைத் தொடங்கலாம். பிறகு அப்பாவும் இதில் பங்கேற்கலாம். அவளுக்குப் பிடித்த நடிகரில் ஆரம்பித்து ஜாலியாகவே பேசலாம். பிறகு, அவளை சைட்டடிக்கும் பையன்கள், அவளுக்குப் பிடித்த நண்பர்கள் என்று கொஞ்சம் கொஞ்சமாக அதை வளர்த்து, அவளது எண்ணவோட்டங்களைப் பகிரச் செய்யலாம். எதையும் அம்மா, அப்பாவிடம் சொல்லலாம்,

அவர்கள் தவறாக நினைக்க மாட்டார்கள் என்று பாதுகாப்புணர்வை மகளுக்குத் தரவேண்டியது நமது மிகப் பெரிய கடமை.

முக்கியமாக, காலங்காலமாக இந்த ஆணாதிக்கச் சமுதாயம் மூளைச்சலவை செய்து வைத்திருக்கும் 'கற்பு' பற்றிய கருத்தாக்கங்களிலிருந்து அம்மாவும் அப்பாவும் தம்மை விடுவித்துக்கொண்டால்தான், திறந்த மனதுடன் மகளுடன் உரையாடுவது சாத்தியம். நீங்கள் அறிந்தோ அறியாமலோ 'கற்பு' பற்றிய விழுமியங்களுடன் உரையாடும்போது, மகள் தனது உண்மையான உணர்வுகளையும் தனக்கு நடக்கும் நிகழ்வுகளையும் மறைத்து, தேவையற்ற குற்றவுணர்விற்கு ஆட்பட வாய்ப்புள்ளது.

பெண் குழந்தை தனக்கு நடக்கும் பாலியல் சீண்டல்கள், அத்துமீறல்களைப் பெற்றோரிடம் பயமின்றி, நம்பிக்கையோடு சொல்லும் நிலையை முதலில் உருவாக்க வேண்டும். அப்படிச் சொல்லும்போது, குடும்பம் அவளுக்கு உறுதுணையாக நின்று குற்றவாளிகளுக்குத் தண்டனை தேடித்தர வேண்டும். இதனால் குற்றங்கள் குறைந்துவிடுமா என்றால், உறுதியாகச் சொல்ல இயலாது, நீண்ட காலமாகலாம். அதுவரை நமது பெண் குழந்தைகளைக் காப்பதற்கான பணிகளை நாம் செய்ய வேண்டும்.

இது ஒருபுறம் இருக்க, இன்னொன்றையும் பேசியாக வேண்டியுள்ளது. பெண் குழந்தை பருவம் அடைந்த பிறகு, அவளுக்குக் காம உணர்வுகள் வருவது இயல்பு. பெற்றோர் அதை எண்ணிப்பார்க்கவோ ஏற்றுக்கொள்ளவோ மறுப்பதால் அது இல்லை என்று ஆகாது. ஒருவேளை பெண் குழந்தை தனது உணர்வால் உந்தப்பட்டு, விருப்பட்டு, யாருடனாவது உடலுறவு கொண்டாலும், அதனால் ஏற்படும் விளைவுகள் என்ன, அது அவளது படிப்புக்கும் வாழ்க்கையில் அவள் அடைய விரும்பும் இலக்குகளுக்கும் என்னவிதமான பாதிப்புகள் தரும் என்றெல்லாம் அவளுக்குப் புரிய வைப்பதுதான் சரியாக இருக்கும். அதைவிடுத்து, 'என்ன தைரியம்டி உனக்கு? இப்படித் தப்புப் பண்ணிட்டு வந்து நிக்குற?' என்று ஆத்திரப்படுவதும் பதறுவதும் எப்படி நியாயமாக இருக்கும்?

அன்புத் தோழர்களே, நமது அருமையான மகள்களைவிட, அவர்களது உயிரைவிட, உரிமைகளைவிட, கல்வியைவிட, அவர்கள் கனவு வேலைகளைவிட, அழகான வாழ்க்கையைவிட, இந்தப் பிற்போக்குத்தனமான, கொடுமையான 'கற்பு' என்ற கருத்தாக்கம் முக்கியமில்லை. நமது பெண் குழந்தைகளை, பெண்களை, எந்த முன்முடிவும் இல்லாமல் அரவணைப்போம். அன்பான, நம்பிக்கையான உலகை அவர்களுக்கு உருவாக்குவோம்.

கீதா இளங்கோவன்

# வாகனம் பழகு பெண்ணே!

"அப்பா, ஸ்கூலுக்கு லேட்டாயிருச்சு, என்னைக் கொண்டு போய் விடறீங்களா?"

"இன்னைக்குச் சீக்கிரமா ஆபீஸ் போகணும், நீ காலேஜ் போகும்போது என்னை ட்ராப் பண்ணிட்டுப் போறியாடா தம்பி?"

"ஏங்க மழை வருது. ரொம்ப நேரமா பஸ் வரலை. வந்து என்னை பிக்கப் பண்ணிட்டு போறீங்களா?"

பள்ளி மாணவி தொடங்கி நடுத்தர வயதைக் கடந்த பெண் வரை பெரும்பாலான பெண்கள் இதுபோன்ற வேண்டுகோள்களை விடுப்பதைக் கேட்டிருப்போம். இயல்பாகக் கடந்திருப்போம். எல்லா வயதிலும் அதிக அளவிலான பெண்கள் தனது இயக்கத்திற்காக (mobility), வீட்டிலுள்ள ஆண்களின் வாகனங்களையோ பொதுப் போக்குவரத்தையோதான் சார்ந்திருக்கிறார்கள். தனக்கென்று வாகனம் வைத்துக்கொள்வதில் பெண்ணுக்கு என்ன தயக்கம்? ஒருவேளை வீட்டில் இருந்தாலும் ஓட்டுவதில் என்ன பிரச்னை?

நிறைய பெண்கள் சைக்கிள் ஓட்டுகிறார்கள். டூவீலரில் பறக்கிறார்கள். கார் ஓட்டிப் போகிறார்கள் அப்புறம் என்ன என்று கேட்பவர்களுக்காக இந்தப் புள்ளிவிவரம் - இந்தியாவில் சைக்கிள் ஓட்டுபவர்களில் சுமார் 25 சதவிகிதத்தினர்தான் பெண்கள், டூவீலர் (மோட்டார் சைக்கிள்) ஓட்டுபவர்களில் 25 சதவிகிதம், கார் ஓட்டுபவர்களில் கிட்டத்தட்ட 15 சதவிகிதம் மட்டுமே பெண்கள். மீதி இருப்பவர்கள் மினிபஸ், பேருந்து, ஷேர் ஆட்டோ, ஆட்டோ, லோக்கல் ட்ரெயினில் பயணிக்கிறார்கள். இல்லாவிட்டால், வீட்டில் உள்ள ஆண்களின் வாகனங்களில், அவர்களை ஓட்டச் சொல்லி உட்கார்ந்து போகிறார்கள்.

சிறு வயதில் சைக்கிள் ஓட்டுவதிலிருந்து ஆரம்பிப்போம். ஏழெட்டு வயதில் சிறுவர்களுக்கும் சிறுமிகளுக்கும் சைக்கிள் ஓட்டக் கற்றுக்கொள்வது பெரிய சாகசம். வசதி இருக்கும் பெற்றோர் சொந்தமாக

வாங்கிக் கொடுப்பார்கள். வசதி இல்லாத வீட்டுக் குழந்தைகள் வாடகை சைக்கிள் எடுத்து ஓட்டப் பழகுவார்கள். ஆண் குழந்தைக்கு இணையாகப் பெண் குழந்தையும் ஓட்டிப் பழகும், நன்றாகவே சைக்கிள் ஓட்டும். ஆனாலும், 'பாத்து ஓட்டுடி, பொம்பளப் புள்ள கீழ விழுந்து கையைக் காலை ஒடச்சிக்கிட்டா, நாளைக்கு எவன் கட்டுவான்?' என்ற ஏச்சுகளோடு வீட்டில் அடக்கியே வைப்பார்கள். சைக்கிள் ஓட்டுவதில் இருக்கும் கொஞ்சநஞ்ச சுதந்திரமும் வயதுக்கு வந்தவுடன் முற்றிலும் ஏறக்கட்டப்படும். அதுவரை சைக்கிளில் பள்ளிக்கூடத்திற்குப் போய்வந்து கொண்டிருக்கும் சிறுமிக்கு அதற்குப் பிறகு தடைவிதிக்கப்படும். வீட்டு ஆண்கள் கொண்டுபோய்விடுவார்கள். இல்லாவிட்டால் நடந்தோ பஸ்ஸிலோ போக வேண்டும்.

சைக்கிள் என்பது பெண்ணின் இயக்கத்திற்குப் பேருதவியாக இருக்கும் எளிய வாகனம். வயதுக்கு வந்த பெண்ணிடம் சைக்கிளைத் தந்தால் அவள் பள்ளிக்கு மட்டுமல்ல, விருப்பம் போல எங்கே வேண்டுமானாலும் சுற்றுவாள், அவளைக் கண்காணித்துக்கொண்டே இருக்க முடியாது என்று இந்த ஆணாதிக்கப் பொதுப்புத்தி, 'வயசுப்புள்ள எங்கயாவது விழுந்து வச்சா என்ன செய்யுறது?' என்று அவள் 'பாதுகாப்பை'க் காரணம் காட்டியே தடை போடும்.

'பெண்ணின் பாதுகாப்பு' என்ற சப்பைக்கட்டு கட்டித்தான் பெரும்பாலான வீடுகளில் டூவீலருக்கும் தடைபோடுகிறார்கள். இளைஞர்கள் கல்லூரியில் படிக்கும் போதே பைக் ஓட்ட ஆரம்பித்துவிடுகிறார்கள். ஆனால், வசதியான வீட்டுப் பெண்களுக்குக்கூட டூவிலர் வாங்கிக் கொடுப்பதில்லை. இன்னும் சொல்லப்போனால், வேலைக்குப் போகும் பெண் தனது சம்பாத்தியத்தில் வண்டி வாங்க நிறைய வீட்டில் அனுமதி இல்லை. லோன் போட்டு கணவனுக்கு வாங்கிக் கொடுக்கும் பெண்ணுக்கு வண்டி இருக்காது. 'பெண்ணுக்குச் சரியாக வண்டி ஓட்டத் தெரியாது, எங்கேயாவது கொண்டு போய் மோதிவிடுவார்கள். அவர்களுக்குத் தொழில்நுட்ப அறிவு குறைவு, எதாவது பிரச்னை வந்து வண்டி நின்றுவிட்டால் சமாளிக்கத் தெரியாது' போன்ற பல காரணங்களைச் சொல்கிறது ஆணாதிக்கச் சமூகம். ஆனால், இவை அனைத்தும் கற்பிதங்களே.

இன்னும் சொல்லப்போனால், இதுதான் உருவாக்கிய கற்பிதங்கள் என்று ஆணாதிக்கச் சமுதாயத்திற்கு நன்றாகத் தெரியும். இருந்தாலும் இவை திரும்பத்திரும்பச் சொல்லப்பட்டு வருவதற்கான உண்மையான காரணம், பெண்ணின் இயக்கத்தைக் கட்டுப்படுத்துவதுதான். அவளைக் கூடுமானவரை வீடு என்ற தளத்திற்குள் அடைப்பதுதான் நோக்கம். தன் கட்டுப்பாட்டை மீறி அவள் சுதந்திரமாக இயங்கத் தொடங்கிவிட்டால் அவளது so called கற்பை எப்படிக் கண்காணிப்பது,

வாகனம் ஓட்டினால் கல்வி கற்பதும் வெளியே வேலைக்குப் போவதும் எளிதாகிவிடுமே, அவள் பொருளாதார சுதந்திரம் பெற்று உரிமைகளைக் கேட்டால் சிக்கலாகிவிடுமே, நாலு இடத்திற்குப் போய் உலக அறிவு பெற்றுவிட்டால் அவளை அடக்கிவைக்கமுடியாதே என்று ஆணாதிக்கச் சமுதாயம் பயப்படுகிறது.

பெண்ணை அடக்கிவைக்கமுடியாவிட்டால், அவள் தன் துணையைத் தானே தேர்ந்தெடுத்து, தன் வாழ்க்கையை வாழ ஆரம்பித்துவிட்டால்... ஜாதியக் கட்டமைப்பைக் காப்பாற்ற முடியாதே, மதங்களைக் கட்டிக் காக்க இயலாதே என்று அஞ்சுகிறது. அதற்காக, 'நீ மென்மையானவள்... வாகனங்களும் சாலைகளும் கடினமானவை, உன்னால் முடியாது' என்றெல்லாம் சொல்லி பெண்ணை மூளைச்சலவை செய்கிறது.

பெண்கள் லாரி, பேருந்து, ட்ராக்டர் ஓட்டுகிறார்கள், ரயிலை இயக்குகிறார்கள், போர்விமானத்தில் பறக்கிறார்கள், கப்பல் ஓட்டுகிறார்கள், விண்வெளிக்குப் பயணிக்கிறார்கள்.

பல பெண்கள் இதை நம்புவதுதான் சோகம். பெண்கள் லாரி, பேருந்து, ட்ராக்டர் ஓட்டுகிறார்கள், ரயிலை இயக்குகிறார்கள், போர்விமானத்தில் பறக்கிறார்கள், கப்பல் ஓட்டுகிறார்கள், விண்வெளிக்குப் பயணிக்கிறார்கள். இன்னும் என்ன தயக்கம் தோழிகளே? முறையாகப் பயிற்சி பெற்றால் சைக்கிளோ டூவீலரோ காரோ உங்களுக்கு எதை ஓட்ட வாய்ப்பிருக்கிறதோ அதைத் தாராளமாக ஓட்டலாம். அதற்கேற்றவாறு உடை உடுத்திக்கொண்டால் இன்னும் வசதியாக இருக்கும். ஒரு வாகனத்தை ஓட்டுவதற்கு முன்பு, அதைப் பற்றி முழுமையாக அறிந்துகொள்வது அவசியம். வழியில் நின்றுவிட்டால், என்ன செய்வது, உதவிக்கு எந்த எண்ணை அழைக்க வேண்டும் போன்ற விவரங்களைக் கைவசம் வைத்திருங்கள். தொடர்ச்சியாக ஓட்ட, ஓட்ட சாலை பயம் போய்விடும். இன்னோர் உண்மை என்ன தெரியுமா, ஆண்களுடன் ஒப்பிடுகையில், பெண்கள் வாகனம் ஓட்டும்போது ஏற்படும் விபத்துகளின் எண்ணிக்கை மிகக் குறைவு என்று ஒரு புள்ளிவிவரம் கூறுகிறது. பெண்களிடம் இயல்பாகவே உள்ள ஜாக்கிரதை உணர்வும் இதற்கு ஒரு காரணம்.

வண்டி ஓட்டும் பெண்களுக்குச் சாலையில் சவாலாக இருப்பவர்கள், ஆதிக்க மனநிலை கொண்ட சக ஆண் ஓட்டுனர்கள்தாம். 'இவங்கெல்லாம் வண்டி ஓட்ட வந்துட்டாங்க' என்ற இளக்காரப் பார்வையும் திடீரென அருகில் வந்து ஹாரன் அடிப்பதும், ஓவர்டேக்

செய்வதுமாகத் தொந்தரவு செய்வார்கள். எந்த நிலையிலும் நிதானம் இழக்காமல் இருப்பது என்ற உறுதியுடன் வண்டி ஓட்டுவதில் மட்டும் முழுக்கவனத்தையும் செலுத்தினால், இவர்களைச் சமாளித்துவிடலாம்.

'*Pedaling to Freedom*' என்ற ஆவணப்படத்தை 13 ஆண்டுகளுக்கு முன்பு பார்த்தேன். 90களின் தொடக்கத்தில், புதுக்கோட்டை மாவட்டத்தில் அறிவொளி இயக்கத்தின் ஒரு பகுதியாக, பெண்களுக்கு சைக்கிள் ஓட்டக் கற்றுத்தருவதற்கு ஏற்பாடு செய்தார், அம்மாவட்ட ஆட்சியராக இருந்த ஷீலா ராணி சுங்கத். இதனால் சுமார் ஒரு லட்சம் பெண்கள் சைக்கிள் ஓட்டக் கற்றுக்கொண்டார்கள். பெண்களின் சைக்கிள் ஓட்டும் அனுபவத்தையும், அவர்கள் வாழ்வில் அது ஏற்படுத்திய தாக்கத்தையும் படம் பேசுகிறது. படத்தில், கிராமத்துப் பெண்கள் தாம் சைக்கிள் கற்றுக்கொண்டதையும், ஓட்டுவதையும், பல இடங்களுக்குச் செல்வதையும் மகிழ்ச்சியுடன் பகிர்ந்துகொண்டது நெகிழ வைத்தது.

இந்தப் படத்தை, கூடு பெண்கள் வாசிப்பரங்கத்தின் சார்பில் மதுரையில் நடத்திய 'பெண் திரை' என்ற பெண் இயக்குநர்களின் திரைப்பட விழாவில் திரையிட்டோம். படத்தைப் பார்த்த 65 வயது தோழி குமுதா, அடுத்த நாளே கார் ஓட்டிக்கொண்டு வந்தார். ஆச்சரியமாகப் பார்க்க, 'கார் ஓட்டக் கத்துக்கிட்டு வருஷக் கணக்காச்சுப்பா. ஆனாலும், அடிக்கடி ஓட்ட தயக்கமா இருந்துச்சு. நேத்து பாத்த படத்தில் சைக்கிள் ஓட்டிய தோழிகள் பெரிய நம்பிக்கையைத் தந்தாங்க. கார் எடுத்துட்டு வந்துட்டேன்' என்றார். அவரைப் பார்த்து எங்களுக்கும் கார் ஓட்டும் ஆசை வந்தது.

அன்புத் தோழிகளே, வாகனம் ஓட்டும்போது கிடைக்கும் தன்னம்பிக்கையும் சுதந்திர உணர்வும் அற்புதமானது. சுயமரியாதையும் சுயசார்பும் சேர்ந்த கலவை அது. விரும்பும் இடத்திற்குச் செல்லலாம். விரும்பியதைச் செய்யலாம். வாழ்வில் புதிய சாளரங்களைத் திறந்துவிடும். உலகையே வலம்வரும் ஆசையைத் தூண்டிவிடும். உங்கள் வாய்ப்பு வசதிக்கேற்ப ஏதாவது ஒரு வாகனம் ஓட்டக் கற்றுக்கொள்ளுங்கள், தொடர்ந்து ஓட்டுங்கள். அன்புத் தோழர்களே, உங்களைச் சுற்றியிருக்கும் பெண்களை வாகனம் ஓட்டுமாறு ஊக்கப்படுத்துங்கள். அவர்களுக்குக் கற்றுக் கொடுங்கள். சமத்துவத்திற்கான பாதை அது.

# நைட்டியை நேசிப்போம்!

அம்மாவைப் பார்க்க சொந்த ஊருக்குச் சென்றிருந்தேன். தெரிந்த பெண்கள் சிலர் அம்மாவின் உடல்நலனை விசாரிக்க வீட்டுக்கு வந்திருந்தனர். பேச்சு, உடல்பிரச்னை, வாக்கிங், ஜிம் என்று எங்கெங்கோ சுற்றி நைட்டியில் வந்து நின்றது.

'இந்தப் பொண்ணுங்க ஏந்தான் இப்படி இருக்காங்களோ? நைட்டியைப் போட்டுட்டுப் பால் வாங்க வர்றது, குழந்தைகளை ஸ்கூல் பஸ்ஸில ஏத்திவுட வர்றது, நைட்டியோட டூவீலர்ல பக்கத்து தெரு கடைக்குப் போறதுன்னு அழும்பு பண்றாங்க...' என்று ஒருவர் புலம்பினார்.

'இதுல நைட்டிக்கு மேல துண்டோ துப்பட்டாவோ போட்டுட்டுப் போவாங்க. அதுவே சகிக்காது. சில பேரு அதுங்கூட போடாம, நைட்டி மட்டும் போட்டுட்டு சுத்தறத எங்க போய் சொல்றதுங்க்கா...' என்று திட்டித் தீர்த்தார்.

'ஏம்பா, நைட்டி போட்டுட்டுப் பொண்ணுங்க வெளிய வந்தா என்ன பிரச்னை?' என்று கேட்டேன்.

'அது...' என்று நெளிந்தவர், 'பாக்கறதுக்கு ஒரு மாதிரி இருக்குதில்லைங்க... ஒல்லியா இருக்கறவங்களாச்சும் பரவால்ல, குண்டா இருக்கிற பொண்ணுங்க போட்டா நல்லாவா இருக்கு...' என்று இழுத்தார்.

'ஏம்பா, ஆம்பளைங்க கைலியைத் தூக்கிக்கட்டிட்டு, தொந்தி தெரிய, மேல சட்டைகூடப் போடாம, தெருவுல போறாங்களே, அது பிரச்னை இல்லையா?' என்று புன்னகையுடன் கேட்க, அந்தப் பெண்கள் அசௌகரியமாகச் சிரித்தனர். பாவம், அவர்களால் பதில் சொல்ல முடியவில்லை.

ஆமாம், பெண்கள் நைட்டியை அணிவதில் பொதுச் சமூகத்திற்கு என்ன பிரச்னை? நைட்டி இரவு உடை. அதை இரவில் மட்டும்தான்

அணிய வேண்டும் என்று சொன்ன காலமெல்லாம் மலையேறிவிட்டது. இன்று பெரும்பான்மைப் பெண்கள், அன்றாடம் வீட்டில் அணியும் உடையாக நைட்டி மாறிவிட்டது. நைட்டி எளிமையாக இருக்கிறது. அணிய வசதியாக இருக்கிறது. இறுக்கிப் பிடிக்கும் ரவிக்கை, ஐந்தரை மீட்டர் புடவையைச் சுற்றிக்கொண்டு வீட்டுவேலை செய்வதைவிட, தளர்வான நைட்டியைப் போட்டுக்கொண்டு செய்வது வசதியானது. விலையும் குறைவு. நூறு ரூபாய்க்குக்கூட நைட்டி கிடைக்கிறது. இதனால் கிராமத்துப் பெண்கள், வயலில் வேலை செய்வோர், கட்டட வேலை செய்யும் பெண்கள் என்று உழைக்கும் பெண்கள் பலர் நைட்டிக்கு மாறிவிட்டனர்.

ஆனாலும், வீட்டுக்கு வெளியே நைட்டியுடன் பெண் செல்வதை, சிறு நகரங்களும் பெருநகரங்களும் ஆட்சேபித்துக் கொண்டே இருக்கின்றன. இதை நேரடியாக அந்தப் பெண்களிடம் சொல்ல முடியாது என்பதால், மறைமுகமாக கிண்டலடிப்பதையும் விமர்சிப்பதையும் ஆணாதிக்கப் பொதுப் புத்தி தொடர்ந்து செய்கிறது. இதில் ஆணாதிக்கப் பார்வையுள்ள பெண்களும் அடக்கம். 'நைட்டியில் வெளியே வருவது நாகரிகமானது அல்ல' என்று நைட்டி அறிமுகமான காலத்திலிருந்தே இந்தச் சமுதாயம் சொல்லிவருகிறது. புடவை அணியும்போது இடுப்பு தெரிகிறது, தொப்புள் தெரிகிறது என்று புலம்பும் சமூகம், சுரிதார் அணிந்து லெகிங்ஸ் போடும்போது தொடை, கால்களை இறுக்கிப் பிடிப்பதால் உடலமைப்பு அப்படியே தெரிவதாகக் குமுறும். இது கழுத்து முதல் கால் வரை பெண்ணின் உடலை மூடும் உடைதானே? அதுவும் பிரா, உள்பாவாடை அல்லது 'நைட்டி ஸ்லிப்' எனப்படும் முழுநீள சிம்மீஸ் அணிந்து, அதற்கு மேல்தான், பொதுவாகப் பெண்கள் நைட்டியைப் போடுவார்கள். அப்புறம், இந்தப் பொதுச் சமுதாயத்திற்கு என்னங்க பிரச்னை?

ஒருபுறம் குடும்பப் பெண்கள் நைட்டி அணிந்து வெளியே வரமாட்டார்கள் என்று ஆன்மிக குரூப் பிரகடனம் செய்ய, 'இது குடும்பப் பெண்கள் அணியும் நைட்டி' என்றே ஒரு நிறுவனம் தான் தயாரிக்கும் நைட்டிக்கு விளம்பரம் செய்யும் கூத்து மறுபுறம். இந்தக் குடும்பப் பெண் முத்திரை படுத்தும்பாடு இருக்கிறதே... சேலை அணிந்து வெளியிடங்களுக்கு வருபவர்கள்தாம் அக்மார்க் குடும்பப் பெண்களாம். 'அப்ப, இந்த சுரிதார்ங்க? போட்டுக்கலாம், ஆனா, கட்டாயம் துப்பட்டா போட்டுட்டு வரணும். இந்தக் குர்தான்னு ஏதோ சொல்றாங்களே... கல்யாணமான, வசதியான பொண்ணுங்ககூடப் போட்டு வர்றாங்க...'

'அந்தக் கர்மத்தையும் ஏத்துக்கத்தானே வேண்டியிருக்கு, ஆனா, தாலியும் செயினும் கழுத்துல போட்டிருக்கணும்...' - இப்படியெல்லாம் 'குடும்பப் பெண்' முத்திரை குத்த நிபந்தனை

விதிக்கிறது ஆணாதிக்கச் சமுதாயம். ஆனால், இன்றுவரை நைட்டியில் வெளியே வரும் பெண்ணை மட்டும் கொலைக்குற்றம் செய்தவரைப் போல ஏசுகிறார்கள். இதற்கும் ஆண்களின் கைலியைப் போல, டீசர்ட், பெர்முடாஸைப் போல பெண்கள் நைட்டியை கேஷுவல் உடையாகத்தான் பயன்படுத்துகிறார்கள்.

நைட்டியைப் பற்றி நெட்டில் துழாவிக்கொண்டிருந்தேன். பெங்களூரில் இருக்கும் பெரிய தனியார் பள்ளி ஒன்று, தாய்மார்கள் குழந்தைகளைப் பள்ளிக்குக் கொண்டுவந்து விடும்போது நைட்டி அணிந்து வரவேண்டாம் என்று சுற்றறிக்கை விட்டிருக்கிறது. நைட்டியில் பள்ளிக்கூட கேட்டருகே அவர்கள் குழந்தையைவிட்டுச் செல்லும்போது அதை மற்ற குழந்தைகள் கேலி செய்கின்றனவாம், அது அவர்கள் குழந்தையைத்தான் பாதிக்கிறதாம் என்றும் கூறியிருக்கிறது. என்னங்க கதை இது?

அதிகாலையில் எழுந்து சமைத்து, குழந்தையைத் தயார் செய்து, அதற்கு காலையுணவு கொடுத்து, மதியத்திற்குக் கட்டிக் கொடுத்து, குறித்த நேரத்திற்குள் கிளம்பி பெல் அடிப்பதற்குள் ஸ்கூலில் கொண்டுவிட வேண்டும். அதைப் பார்ப்பார்களா, இல்லை உடை மாற்றிக்கொண்டிருப்பார்களா? 'உன் அம்மாவின் உடை அவர் உரிமை. அதைப் பிறர் கேலி செய்தால் பிரச்னை அவர்களிடம்தானே ஒழிய உன் தாயிடம் இல்லை' என்று சொல்லிக் கொடுப்பதுதானே ஒரு பள்ளியின் கடமை? அதை விட்டுவிட்டு கேட்டருகே விடுவதற்கெல்லாம் ட்ரெஸ் கோட் சொல்லிக்கொண்டிருப்பது அப்பட்டமான உரிமை மீறல்.

சரி, இதெல்லாம் பல ஆண்டுகளுக்கு முன்புதானே, இப்போது முன்னேறியிருப்பார்கள் என்று மனதைச் சமாதானப்படுத்த நினைத்தால்... நோ என்றது 2018 செய்தி. 2018-ம் ஆண்டில் ஆந்திரா மேற்கு கோதாவரி மாவட்டம் தோகலபள்ளி கிராமத்தில், பஞ்சாயத்து நிர்வாகம், பெண்கள் பகலில் நைட்டி அணிய தடைவிதித்திருக்கிறதாம். மக்களால் தேர்ந்தெடுக்கப்பட்ட ஒன்பது பெரியவர்கள் இந்த உத்தரவை வழங்கினார்களாம். காலை ஏழு மணி முதல் இரவு ஏழு மணி வரை பெண்கள் நைட்டி அணிந்தால்

> 'உன் அம்மாவின் உடை அவர் உரிமை. அதைப் பிறர் கேலி செய்தால் பிரச்னை அவர்களிடம்தானே ஒழிய உன் தாயிடம் இல்லை' என்று சொல்லிக் கொடுப்பதுதானே ஒரு பள்ளியின் கடமை.

2,000 ரூபாய் அபராதம் விதிக்கப்படும்; தடையை மீறி நைட்டி அணிபவர்கள் பற்றி ஊர் பெரியவர்களுக்குத் தகவல் தெரிவித்தால் 1,000 ரூபாய் பரிசுத்தொகை வழங்கப்படும் என்றும் அறிவித்திருக்கிறார்கள். வசூலிக்கும் அபராதத் தொகை கிராம வளர்ச்சிக்குப் பயன்படுத்தப்படும் என்றும் தண்டோரா அடித்து தெரிவித்திருக்கிறார்கள். இதைப் பற்றி அந்தக் கிராமத்தில் இருக்கும் 2,400 பெண்களில் ஒருவர்கூடப் புகார் கொடுக்க முன்வரவில்லை என்பது கூடுதல் தகவல்.

நைட்டி மீது ஒட்டுமொத்த ஆணாதிக்கச் சமுதாயத்திற்கும் இருக்கும் கோபத்தின் ஒரு வெளிப்பாடாகவே இந்தத் தடையைக் கருதுகிறேன். இங்கே பொதுப் புத்தியின் உளவியலை ஆராய்வோம். பெண் அழகாக, ரம்மியமாகக் காட்சியளிப்பது முக்கியம் என்று அது எண்ணுகிறது. அதற்கு வாய்ப்பளிக்காத நைட்டியை வெறுக்கிறது. பெண்ணுக்கு அது வசதி என்பதையெல்லாம் அது பொருட்படுத்துவதில்லை. 'நைட்டி நாகரிகமான உடை இல்லை' என்று ஊடகங்கள் வாயிலாகவும் பிற்போக்குவாதிகளின் கூற்றுகள் மூலமும் மூளைச்சலவை செய்துகொண்டே இருக்கிறது. இதைப் பல பெண்களும் நம்பிக்கொண்டு, அதைக் கிளிப்பிள்ளை மாதிரி திரும்பச் சொல்லி, சக பெண்களைக் குறை சொல்வதுதான் கொடுமை. உங்களுக்குப் பிடிக்கவில்லை என்றால் நீங்கள் போடாதீர்கள். நைட்டி அணியும் பெண்களை அதை வைத்து 'ஜட்ஜ்' செய்வதும், மதிப்பிடுவதும் மிகத் தவறு.

தான் அணியும் உடையைத் தேர்வு செய்வது பெண்ணின் அடிப்படை உரிமை. பெண் அவள் செய்யும் வேலைக்கும், உடலமைப்பிற்கும், விருப்பத்திற்கும் ஏற்ற உடையைத் தேர்வு செய்து அணிகிறாள். நைட்டியும் அதில் முக்கியமானது. வெளியிடங்களுக்கு நைட்டியில் வரும் பெண்ணை விமர்சிப்பதும், வெறுப்பைக்கக்குவதும் மிகத்தவறானது. ஆணாதிக்கச் சமுதாயம், இன்னும் எத்தனை காலத்திற்குத்தான் பெண்ணுடையை விமர்சித்துக்கொண்டே இருக்கப் போகிறது? இன்றே இதற்கு முற்றுப்புள்ளி வைப்போம் தோழர்களே. பெண்ணை அவள் போக்கில் இயங்கவிடுங்கள் தோழிகளே.

# பார்பி பொம்மைகளா பெண்கள்?

அண்மையில் ஒரு காலைப் பொழுது. வீட்டுவேலை செய்யும் அக்கா ஒருவரின் பெண்ணைத் தற்செயலாகப் பார்த்தேன். அரசு உதவி பெறும் பள்ளியில் ஒன்பதாவது படிக்கிறாள். படிப்பைப் பற்றி விசாரித்துவிட்டு, 'சாப்பிட்டாயா' என்று கேட்டேன். இல்லை என்றாள். 'ஏன்டா, அம்மா காலைல சமைக்கலையா?' – 'இட்லி சுட்டு, சட்னி வச்சிருந்தாங்க ஆண்ட்டி' என்றாள். 'அப்புறம் ஏன் சாப்பிடல?' என்றேன். பதில் சொல்லாமல், தர்மசங்கடமாகச் சிரித்தாள்.

அதற்குள் அவள் அம்மா வந்து, 'நல்லா கேளுப்பா. படிக்கற புள்ள, சத்தா சாப்பிடணுமேன்னு, சீக்கிரமா எந்திரிச்சு, நான் வேலைக்குப் போறதுக்கு முன்னாடி, காலைச் சாப்பாடு, மதியத்துக்குச் சோறு எல்லாம் செஞ்சு வச்சுட்டுப் போறேன். இவ என்னடான்னா, காலைல சாப்பிட மாட்டேங்கிறா. டீ மட்டும் குடிச்சுட்டு, மதியத்துக்குச் சின்ன டிபன்பாக்ஸ்ல ரெண்டு கரண்டி சாதம்தான் ஸ்கூலுக்கு எடுத்துட்டுப் போறா. கேட்டா, உடம்பைக் குறைக்கணும்னு சொல்றா...' – படபடவெனப் பொரிந்தார்.

சற்றே பருமனான அந்தக் குட்டிப் பெண்ணின் கண்களில் நீர் கோத்துக்கொண்டது. 'எல்லாரும் கிண்டல் பண்றாங்க ஆன்ட்டி... குட்டி யானை வருது பாரு, உங்க வீட்ல எந்தக் கடையில அரிசி வாங்குறீங்கன்னு எல்லாம் அவங்க நக்கல் பண்றப்ப ரொம்பக் கஷ்டமா இருக்கு. நான் என்ன பண்றது? கொஞ்சமாகத்தான் சாப்பிடறேன். ஆனாலும், உடம்பு குறைய மாட்டேங்குது...' என்று குரல் கம்ம சொன்னாள். 'ரெண்டு வாரத்துக்கு முன்னாடி, ஸ்கூல்ல தல சுத்தி மயக்கமா விழுந்துட்டாம்மா. பயந்தே போயிட்டேன். டாக்டர்கிட்ட கூட்டிட்டுப் போயி காமிச்சா, நல்லா சாப்பிடணும், உடம்புல சத்தே இல்லன்னு சொல்றாரு. அப்படியும் இவ கேக்க மாட்டேங்கறா' என்று அவள் அம்மா புலம்பினார். காலை உணவின் அவசியத்தைப்

பற்றியும் சரிவிகித உணவு சாப்பிட்டால்தான் நன்றாகப் படிக்க முடியும் என்றும் அந்தக் குழந்தையிடம் விரிவாக எடுத்துச் சொன்னேன். ‘உடம்பு குண்டானா பரவால்லடா, மத்தவங்க பேசறதைப் பத்தியும் கவலைப்படாதே. இப்போதைக்கு நல்லாப் படிச்சு, உன் கால்ல நிக்கிறதுக்கு நல்ல வேலைக்குப் போகணும். மத்ததெல்லாம் அப்புறம் பார்த்துக்கலாம்’ என்று சமாதானப்படுத்தினேன்.

பெண் குழந்தைகளும் பெண்களும் பருமனாக இருப்பதில் இந்தச் சமுதாயத்திற்கு என்ன பிரச்னை? ‘அடுத்த தலைமுறையை உருவாக்கும் அவர்கள் ஆரோக்கியமாக இருக்க வேண்டும், அதனால்தான் சொல்கிறோம்’ என்று சப்பைக்கட்டு கட்ட வேண்டாம். சில குழந்தைகளுக்கு இயல்பான உடல்வாகே பருமன்தான். அவர்கள் குறைவாகச் சாப்பிட்டாலும் எவ்வளவு உடற்பயிற்சி செய்தாலும் அந்த உடல்பருமனைக் குறைக்க முடிவதில்லை. இது வளர்ந்த பெண்களுக்கும் பொருந்தும். குடும்ப மரபணுவாலும் பல்வேறு உடல் சார்ந்த பிரச்னைகளால் பாதிக்கப்படும்போதும் உட்கொள்ளும் மருந்துகளாலும் உடல் பெருத்துவிடுகிறது.

‘ஒல்லியாக இருக்கும் பெண்தான் ஆரோக்கியமானவர். பருமனாக இருப்பவர் ஆரோக்கியம் இல்லாதவர்’ என்ற வாதம் சரியல்ல. ஒல்லியாக இருக்கும் பெண்ணுக்கு கொலஸ்ட்ரால் அளவு கூடுதலாக இருக்கலாம், குண்டான பெண்ணுக்கு கொலஸ்ட்ரால் குறைவாகவும் இருக்கலாம். கொழுப்பு நிறைந்த உணவுகளைச் சாப்பிடுவதாலும் உண்ணும் உணவுக்கு ஏற்ற உடற்பயிற்சி செய்யாததாலும் வரும் உடல் பருமனைக் குறைக்க வேண்டும்தான். இதில் மாற்றுக் கருத்து இல்லை. அதே நேரத்தில் ஹார்மோன் கோளாறுகளாலும், உடல்சார்ந்த பல்வேறு பிரச்னைகளாலும், குறைபாடுகளாலும், சாப்பிடும் மருந்துகளின் பக்கவிளைவாலும் பல பெண்களுக்கு உடல் பருத்துவிடுகிறது. இதனைக் குறைப்பது எளிதல்ல. அப்படிப்பட்ட பெண்களை முன்முடிவோடு கிண்டலடிப்பதும் கேலி செய்வதும் அநாகரிகமானது, உரிமை மீறலும் கூட.

தொப்பையும் தொந்தியுமாக இருக்கும் ஆண்களைப் பற்றி, அவர்களின் ஆரோக்கியத்தைப் பற்றிப் பெரிதாகக் கவலைப்படாத, கமெண்ட் செய்யாத ஆணாதிக்கச் சமுதாயம் பெண்களின் உடல் பருமனைப் பற்றியும், குறிப்பாகப் பெரிய வயிற்றையும் அளவுக்கதிகமாகப் பகடி செய்கிறது. ‘அவர்களின் உடல்நலத்தில் அக்கறை’ என்ற போர்வையில் உள்ளுக்குள் மறைந்திருப்பது, பெண்கள் பார்ப்பதற்கு அழகாக, ரம்மியமாகக் காட்சி அளிக்க வேண்டும் என்ற பொதுப் புத்தியின் அவாதான்.

‘பெண் அழகாக இருந்தால் போதும். பெரிதாக வேறு எதுவும் செய்யத் தேவையில்லை’ என்ற ஆணாதிக்கச் சமுதாயத்தின் எதிர்பார்ப்புதான் அவர்கள் கச்சிதமான உடல் அமைப்போடு இருக்க வேண்டும்

என்பதையும் நிர்ப்பந்திக்கிறது. நுகர்வுக் கலாசாரமும் ஊடகங்களும் திரைப்படங்களும் பெண் ஒட்டிய வயிறுடன், அளவான எடையில், கச்சிதமான உடல் அமைப்போடு இருக்கவேண்டும் என்பதைத் திரும்பத் திரும்பச் சொல்லிக் கொண்டிருக்கின்றன. அப்படி இருக்கும் ஒரு சில பெண்களைப் போற்றிக் கொண்டாடுகின்றன.

யதார்த்தத்தில், இது 99 சதவிகிதப் பெண்களுக்குச் சாத்தியமில்லை. சத்தான உணவை அளவாகச் சாப்பிட்டு, தினமும் உடற்பயிற்சி செய்யும் பெண்களுக்குக்கூட, ஒட்டிய வயிற்றுடன் காட்சியளிப்பது என்பது இயலாத காரியம். உண்மை இப்படி இருக்க, திரைப்பட நடிகையர், விளம்பரங்களில் வரும் மாடல்கள், உலக அழகிகளின் பேட்டிகள் என்று அனைத்தையும் பார்த்துக்கொண்டிருக்கும் பெரும்பான்மை பெண்களுக்கு, தான் அப்படி இல்லையே என்ற மன உளைச்சல் அதிகமாக இருக்கிறது.

ஒல்லியாக இருக்கும் பெண்ணுக்கு கொலஸ்ட்ரால் அளவு கூடுதலாக இருக்கலாம், குண்டான பெண்ணுக்கு கொலஸ்ட்ரால் குறைவாகவும் இருக்கலாம்.

இது பெண் குழந்தைகளையும் கூடுதலாகப் பாதிக்கிறது. பெண் குழந்தைகளுக்காக விற்கப்படும் பொம்மைகளுக்கும் இதில் பெரிய பங்கு இருக்கிறது. குறிப்பாகச் சொல்ல வேண்டுமென்றால், பார்பி பொம்மை. இந்தப் பொம்மையின் உடலமைப்புடன் ஒரு பெண் இயல்பில் இருக்க முடியுமா? அழகிப் போட்டிக்குத் தயாராகும் மாடல் பெண்களுக்கு வேண்டுமானாலும் இது சாத்தியப்படலாம். மற்றவர்களுக்கு இது சாத்தியமில்லை. அரைகுறையாகச் சாப்பிட்டு, கடினமாக உடற்பயிற்சி செய்து அழகிப் போட்டிகளை மட்டுமே குறிவைத்து இருக்கும் பெண்கள் ஆரோக்கியமாக இருக்கிறார்களா என்பதே கேள்விக்குறிதான். விரும்பிய உணவைச் சாப்பிட முடியாமல், ஜூஸை அருந்தி, சத்துமாத்திரைகளை எடுத்துக்கொண்டு, ஒட்டிப்போன வயிற்றுடன் காட்சியளிக்க வேண்டுமே என்று தண்ணீர் அருந்தும் அளவையும் குறைத்து, பலவாறு உடலை வருத்திக்கொள்கிறார்கள். பத்திரிகைகளில் வரும் திரைப்பட நடிகையர், மாடல் பெண்களின் படங்கள் போட்டோஷாப் செய்யப்பட்டு, கச்சிதமான, மாசு மருவற்ற செயற்கையான உடலமைப்புடன் காட்டப்படுகின்றன.

இது செயற்கையென்று அப்பாவிப் பெண் குழந்தைகளுக்குத் தெரிவதில்லை. தானும் அவர்களைப்போல காட்சியளிக்க வேண்டும்

என்று குறைவாகச் சாப்பிடுவதும், சத்தான உணவை ஒதுக்குவதுமாக இருக்கிறார்கள். வளரிளம் பருவத்தில் ஆரம்பிக்கும் இந்தப் போராட்டம், திருமணத்திற்குப் பிறகும் தொடர்கிறது. திருமணம், கர்ப்பம், பிரசவம், சிசேரியன், பாலூட்டுவது, குடும்பக்கட்டுப்பாட்டுக்கான மாத்திரைகள், லேப்ராஸ்கோபி, அவ்வப்போது தலைகாட்டும் மாதவிடாய்க் கோளாறுகள், ஹார்மோன் பிரச்னைகள், 40களுக்குப் பிறகு மெனோபாஸ், கர்ப்பப்பைப் பிரச்னைகள் என்று பெண்ணுடல் ஏகப்பட்ட சவால்களை எதிர்கொள்கிறது. இதில் வயிறு பெரிதாக இருப்பது மட்டும்தான் சமுதாயத்திற்குத் தெரிகிறதே ஒழிய, அந்தப் பெண் தனது உடல்நலத்திற்காக எடுத்துக்கொள்ளும் சிகிச்சைகளோ அறுவை சிகிச்சைகளோ கண்ணில் படுவதில்லை. ‘வயிறு இவ்வளவு பெரிசா இருக்கே, எக்சர்சைஸ் பண்ணி கொறச்சா என்ன?’ என்ற ஒற்றைக் கேள்வியில் அவளை முடக்கிவிடுகிறார்கள். உடற்பயிற்சி பண்ணினாலும் குறைவதில்லை என்ற உண்மை ஆணாதிக்கச் பொதுப் புத்திக்கு உறைப்பதில்லை.

வயிறு ஒட்டிக் காட்சி அளிக்க வேண்டும் என்பதற்காகப் பெண்கள் படும்பாடு சொல்லி மாளாது. இதற்காகப் பிரத்யேகமான எலாஸ்டிக் பொருத்திய உள்ளாடைகளை வாங்கி இடுப்பில் அணிந்துகொள்கிறார்கள். இதனால் இயல்பாகச் சாப்பிடுவதற்கும் சில நேரங்களில் மூச்சுவிடவும்கூடக் கஷ்டப்படுகிறார்கள். புடவை அணிபவராக இருந்தால் உள்பாவாடையை இறுக்கிக் கட்டுவது, ஜீன்ஸ் போடும்போது வயிறு தெரியாமலிருக்க பெல்ட்டை இறுக்கமாக அணிவது என்று பலவாறு உடலைக் கஷ்டப்படுத்திக் கொள்கிறார்கள்.

இது அவசியமே இல்லை தோழிகளே. உங்கள் உடலை உள்ளவாறு ஏற்றுக்கொள்ளுங்கள், ஆரோக்கியமாக இருப்பதற்கு முதலில் முன்னுரிமை கொடுங்கள். சரிவிகித உணவைச் சாப்பிட்டு, அன்றாடம் உடற்பயிற்சி செய்து, உடலை வலுவாக்கிக்கொள்வதுதான் முக்கியம். ஒட்டிய வயிற்றுடன் இருக்கும் உடல்தான் வலிமையானது என்ற கருத்து தவறானது. உங்கள் உடலில் அளவான கொழுப்புச்சத்து இருந்தும், தினமும் உடற்பயிற்சிகள் செய்தும் வயிறு குறையவில்லை என்றாலோ, பெரியதாக இருந்தாலோ அதைப் பற்றிக் கவலைப்பட வேண்டாம். இது உங்கள் உடல். இந்த அளவில்தான் இருக்கவேண்டும் என்று செயற்கையாக வார்க்கப்படும் பொம்மை அல்ல. உங்கள் ஆளுமையை வெளிப்படுத்தும் உயிரோட்டமான உடல். அதை அப்படியே ஏற்றுக்கொள்ளுங்கள், அதை உள்ளவாறே நேசியுங்கள். விருப்பமான உடையைத் தயக்கமின்றி அணியுங்கள். உங்கள் உடலுக்கு மரியாதை கொடுங்கள். கம்பீரமாக நடைபயிலுங்கள்.

தோழர்களே, பெண்கள் ஆரோக்கியமாக இருக்க வேண்டும் என்ற அக்கறையில் ‘உடற்பயிற்சி செய்யுங்கள்’ என்று ஓரிருமுறை சொல்வதோடு நிறுத்திக்கொள்ளுங்கள், அவர்கள் உடலை அவர்கள்

பார்த்துக்கொள்வார்கள். அவர்கள் உடல்பருமனைப் பற்றி இழிவாகப் பேசாதீர்கள். கமெண்ட் அடிக்காதீர்கள். அப்படிப் பேசுவது அநாகரிகம் மட்டுமல்ல, அவர்களின் வாழ்வுரிமையில் தலையிடுவதும்கூட. பெண்களின் அறிவை, ஆளுமையை மதித்து, அவர்களிடம் மரியாதையுடன் உரையாடி, மாண்புடன் நடத்துங்கள்.

## மதர்ஸ் கில்ட்

மதர்ஸ் கில்ட் (mother's guilt) எனப்படும் 'தாய்க்கு ஏற்படும் குற்றவுணர்வு' பெரும்பான்மை பெண்களுக்கு உள்ளது. 'என் குழந்தையை இன்னும் சரியாக கவனித்திருக்க வேண்டும்' என்ற உணர்வு, அந்தக் குழந்தை வளர்ந்து பெரிதாகி நல்ல நிலைமையில் இருந்தாலும், முதிய தாயின் அடிமனதில் உறுத்திக்கொண்டே இருக்கிறது.

குறிப்பாக வேலைக்குப் போகும் பெண்களுக்கும் ஒற்றைப் பெற்றோராக இருக்கும் பெண்களுக்கும் இந்தக் குற்றவுணர்வு அதிகமாக இருக்கிறது.

எப்படி இது ஆரம்பித்திருக்கும்? இந்த ஆண்மைய சமூகம், பெண் வீட்டை விட்டு வெளியே போய் வேலை பார்ப்பதை விரும்பவில்லை. வீடுதானே அவள் வெளி, அதைவிட்டுப் போனால், வீட்டுவேலைகள் பாதிக்குமே... எதைக் காட்டி முடக்கிப் போடலாம் என்று யோசித்து, குழந்தையைக் கையில் எடுத்திருக்கிறது. பெரும்பாலும் பெண் வேலைக்குப் போக ஆரம்பித்ததில் இருந்துதான், இந்த மதர்ஸ் கில்ட் பற்றி மீடியா அதிகமாகப் பேச ஆரம்பித்திருக்கிறது.

தாய்மை என்பது உணர்வுப்பூர்வமான விஷயம் என்பதால் 'நீ நல்ல தாயில்லை' என்ற குற்றச்சாட்டுப் பெண்களை வெகுவாகப் பாதிக்கிறது, மன உளைச்சலை ஏற்படுத்துகிறது. குழந்தையைப் பார்த்துக்கொள்வதற்காகப் பல பெண்கள் வேலையை விடுகிறார்கள். அவர்களின் வெளி வீடாகச் சுருங்கிவிடுகிறது. ஆணாதிக்கச் சமூகம் எதிர்பார்ப்பதும் அதைத்தானே?

ஒற்றைப் பெற்றோராக இருக்கும் பெண்கள், ஆண்மைய சமூகத்தின் ஆணிவேரை அசைக்கிறார்கள். அவர்கள் வேலை பார்ப்பதும்,

தன் விருப்பப்படிச் சுதந்திரமாக வாழ்வதும் சமூகத்தைத் தொந்தரவு செய்கிறது. 'நீ அப்பா இல்லாமல் குழந்தையை வளர்க்கிறாய், அதுதான் இப்படி அடம்பிடிக்கிறது. நீ பிரிந்து வந்தது தப்பு. குழந்தையை உன்னால் ஒழுங்காக வளர்க்க முடியவில்லை' என்று குற்றம் சாட்டுகிறது.

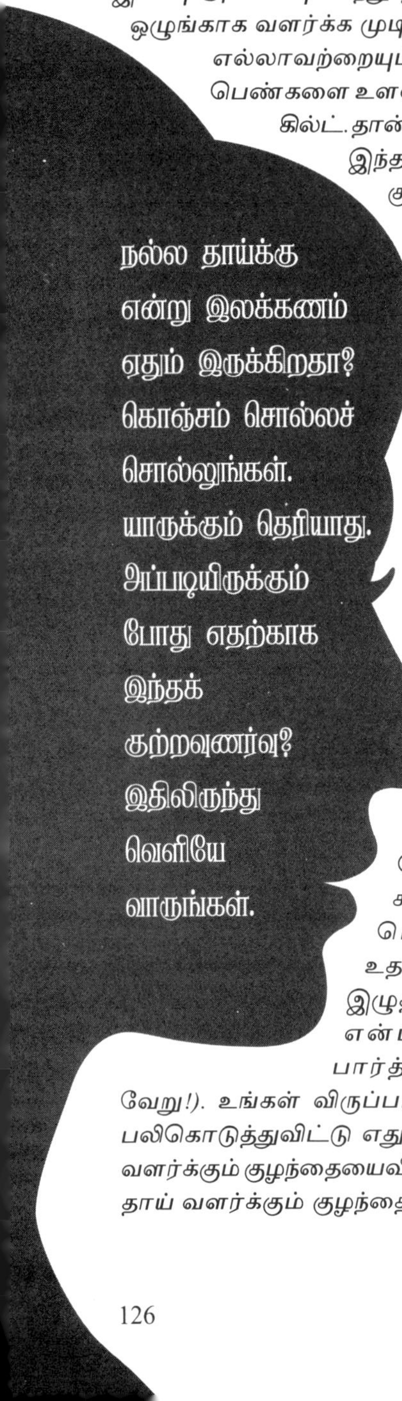

எல்லாவற்றையும் சமாளித்துக்கொண்டு, வேலை பார்க்கும் பெண்களை உளவியல்ரீதியாக வீழ்த்தும் ஆயுதம்தான் மதர்ஸ் கில்ட். தான் குழந்தையைச் சரியாக வளர்க்கவில்லையோ, இந்தச் சமுதாயம் சொல்வது சரிதானோ என்ற குற்றவுணர்வு, முழுவீச்சில் செயல்படவிடாமல் பெண்களை முடக்கிப் போடுகிறது. குழந்தைகளுக்காக, அளவுக்கதிகமாக மெனக்கெடுகிறார்கள். தமக்கான விருப்பங்களை, ஆசைகளை ஒதுக்கி வைத்துவிட்டு மாங்குமாங்கென்று உழைக்கிறார்கள். அப்படியாவது 'நல்ல தாய்' பட்டம் கிடைக்குமா என்றால், அதுவும் சந்தேகம்தான் (நீ என்னை தூக்கிக் கொஞ்சவில்லை, உனக்கு என்னைவிட அக்கா மீதுதான் பாசம் அதிகம் என்று அந்தக் குழந்தையேகூடக் குறை சொல்லும்).

தோழியரே, நல்ல தாய்க்கு என்று இலக்கணம் ஏதும் இருக்கிறதா? கொஞ்சம் சொல்லச் சொல்லுங்கள். யாருக்கும் தெரியாது. அப்படியிருக்கும்போது எதற்காக இந்தக் குற்றவுணர்வு? இதிலிருந்து வெளியே வாருங்கள்.

> நல்ல தாய்க்கு என்று இலக்கணம் ஏதும் இருக்கிறதா? கொஞ்சம் சொல்லச் சொல்லுங்கள். யாருக்கும் தெரியாது. அப்படியிருக்கும் போது எதற்காக இந்தக் குற்றவுணர்வு? இதிலிருந்து வெளியே வாருங்கள்.

உங்களால் மகிழ்ச்சியாகச் செய்ய முடிந்த அளவு குழந்தைகளுக்குச் செய்யுங்கள். முடியவில்லையென்றால், கணவரின் (இணையோடு இருக்கும் பெண்), குடும்பத்தினரின், நண்பர்களின் உதவி கேட்கலாம். எல்லாவற்றையும் நீங்களே இழுத்துப் போட்டுக்கொண்டு செய்ய வேண்டும் என்பதில்லை (என் குழந்தைக்கு நான்தான் பார்த்துப் பார்த்து செய்வேன் என்ற பெருமை வேறு!). உங்கள் விருப்பங்களை, முன்னுரிமைகளை, மகிழ்ச்சியைப் பலிகொடுத்துவிட்டு எதுவும் செய்யாதீர்கள். தியாகம் செய்யும் தாய் வளர்க்கும் குழந்தையைவிட, மனம் முழுக்க சந்தோஷத்துடன் இருக்கும் தாய் வளர்க்கும் குழந்தை அதிக மன ஆரோக்கியத்துடன் இருக்கும்.

'நீ நல்லா வளர்க்கல' என்று யாராவது குற்றம் சொன்னால், குழந்தையே சொன்னாலும்கூட, இடது கையால் தட்டிவிட்டு, பதில் சொல்லாமல், புன்னகையுடன் செல்லுங்கள். யாரிடமும் சர்டிஃபிகேட் வாங்குவதற்காக நீங்கள் இந்த உலகிற்கு வரவில்லை. உங்கள் வாழ்க்கையை வாழ வந்திருக்கிறீர்கள்!

பி.கு. இது ஹோம்மேக்கராக இருக்கும் பெண்களுக்கும் பொருந்தும்.

## நிறைவு

## ஹெர் ஸ்டோரிஸ் பற்றி...

காலம் காலமாக பெண் குரல்களை சமூகம் நசுக்கியே வந்திருக்கிறது. உயிர்க்காற்று தவிர வேறெதற்கும் பெண் வாய் திறந்திடா வண்ணம் அவளது குரல்வளையை காலமும் சூழலும் சமூகமும் நெறித்துக் கொண்டேதான் இன்னமும் இருக்கின்றன. தனி வெளியோ, பொது வெளியோ, எங்காகினும் பெண்ணின் பார்வை உள்நோக்கியதாகவே, சுயத்தை, தன் குடும்பத்தை, தன் உறவுகளை நோக்கியே சிந்திக்கவும் ஆசிக்கவும் கட்டமைத்திருக்கிறது,

ஆயிரமாயிரம் ஆண்டுகால அடிமைத்தளை. தளை உடைக்க, சுவாசிக்க பெண்ணுக்குத் தேவை ஒரு துளி விடுதலை உணர்வு, கொஞ்சமே கொஞ்சம் தனக்கான வெளி. அந்த வெளியில் அவளுடன் இணைந்து பறக்கத் தயாராக இருக்கும் கூட்டுப் புழுக்கள் ஒன்று கூடினால்?

தங்கள் கதைகளை அவை தங்களுக்குள் பேசி, ஒருவரை ஒருவர் தாங்கினால், ஏந்திப் பிடித்தால், கை கொடுத்து சிறகு தடவினால்... பறக்கலாம். வானை வசப்படுத்தலாம். கதைகள் பேச இதுவே வெளி, தளையை உடைக்க இதுவே களம். வெற்றி கொள்ள இதுவே உரம். Her Stories - நம் வெளி, நம் கதைகள், நம் வெற்றி. இணைந்து பறப்போம். பட்டுப் பூச்சிகளாவோம்.

### தொடர்புக்கு:

ஹெர் ஸ்டோரிஸ்

📞 +91 75500 98666 ✉ strong@herstories.xyz

www.herstories.xyz